നമ്മളാവുക

Nammalavuka

Pinarayi VIjayan

CHINTHA PUBLISHERS
Thiruvananthapuram
Email: chinthapublishers@gmail.com
Website: www.chinthapublishers.com

First Edition
October 2024

Published by
Chintha Publishers, Thiruvananthapuram

Printed at

Cover Design
Vinod Mangoes

A version is available at National Libraries
Kolkata, Mumbai, Chennai and Delhi

Distribution
DESHABHIMANI BOOKHOUSE
H O Thiruvananthapuram 695035

Branch
Head Office Kunnukuzhi | Statue Thiruvananthapuram |
Saphalyam Complex Thiruvananthapuram |
KSRTC Bus Station Ernakulam | Machingal Lane Thrissur |
IG Road Kozhikode | Mavoor Road Kozhikode |
NGO Union Building Kannur | Central Bus Terminal
Complex Thavakkara Kannur

ISBN :
CO :
Price : ₹180

നമ്മളാവുക

പിണറായി വിജയൻ

ചിന്ത പബ്ലിഷേഴ്സ്
തിരുവനന്തപുരം 695 035
വില: **₹180**

പിണറായി വിജയൻ

കണ്ണൂർ ജില്ലയിലെ പിണറായിയിൽ 1944 മെയ് 24 ന് ജനിച്ചു. ബിരുദപഠനത്തിനുശേഷം സജീവ രാഷ്ട്രീയത്തിൽ. കേരള വിദ്യാർഥി ഫെഡറേഷന്റെ സംസ്ഥാന പ്രസിഡന്റ്, സെക്രട്ടറി എന്നീ നിലകളിൽ പ്രവർത്തിച്ചു. തുടർന്ന് കെ എസ് വൈ എഫിന്റെ സംസ്ഥാന പ്രസിഡന്റായി. കേരള സ്റ്റേറ്റ് കോ-ഓപ്പറേറ്റീവ് ബാങ്കിന്റെ പ്രസിഡന്റായിരുന്നു. 1998 മുതൽ 2015 വരെ സി പി ഐ (എം) സംസ്ഥാന സെക്രട്ടറി. 2002 മുതൽ സി പി ഐ (എം) പോളിറ്റ് ബ്യൂറോ അംഗം.

1996 മുതൽ 1998 വരെ കേരളത്തിലെ വൈദ്യുതി-സഹകരണ വകുപ്പ് മന്ത്രി. 2016 മുതൽ കേരളത്തിന്റെ മുഖ്യമന്ത്രി.

ജനങ്ങൾക്കൊപ്പം, കേരളീയ നവോത്ഥാനം നേരിടുന്ന വെല്ലുവിളി, ഇടതുപക്ഷം ചെയ്യേണ്ടത്, മതം മാധ്യമം മാർക്സിസം, നവകേരളത്തിലേക്ക് വികസനം സംബന്ധിച്ച കുറിപ്പുകൾ എന്നീ കൃതികളുടെ കർത്താവ്.

ഭാര്യ : കമല
മക്കൾ : വിവേക് കിരൺ, വീണ

ഉള്ളടക്കം

പ്രസാധകക്കുറിപ്പ്

'നമ്മൾ' എന്ന പരികല്പനയെ സത്താപരമായും ഭരണഘടനാ ചട്ടക്കൂടിനുള്ളിലും സവിശേഷമായി പരിശോധിക്കുന്ന പുസ്തകമാണിത്. കേന്ദ്രസർക്കാർ ഏകപക്ഷീയമായി കൊണ്ടുവന്ന പൗരത്വഭേദഗതി നിയമങ്ങൾ, അതനുസരിച്ചുള്ള ചട്ടങ്ങൾ ദേശീയപൗരത്വ രജിസ്റ്റർ, ഡിറ്റൻഷൻ സെന്ററുകൾ തുടങ്ങിയ ഭരണഘടന ഉയർത്തിപ്പിടിക്കുന്ന മതേതര-ജനാധിപത്യസങ്കല്പങ്ങൾക്ക് ഘടകവിരുദ്ധമാണ്. പൗരന്മാരും അല്ലാത്തവരുമായി ഇന്ത്യയിൽ താമസിക്കുന്ന മുഴുവൻ പേർക്കും തുല്യത ഉറപ്പാക്കുന്ന ഭരണഘടനാമൂല്യങ്ങളെ നിരാകരിക്കുന്നതും മതപരമായ വിവേചനം സൃഷ്ടിക്കുന്നതുമാണ് കേന്ദ്രം കൊണ്ടുവന്ന് നടപ്പാക്കാൻ തുടങ്ങിയ പൗരത്വവുമായി ബന്ധപ്പെട്ടുവന്ന നിയമങ്ങൾ. ഇതിനെതിരെ ദേശീയതലത്തിൽ നടന്ന ചെറുത്തുനില്പുകളുടെ മുൻപിൽ നിലകൊണ്ട സി പി ഐ എം ന്റെ പൊളിറ്റ് ബ്യൂറോയംഗം, കേരള സംസ്ഥാന മുഖ്യമന്ത്രി എന്നീ നിലകളിൽ വിഭിന്നതലങ്ങളിൽ നിന്നും പോരാടിയ ഒരു പോരാളികളുടെ വാക്കുകൾ ഏറെ ശ്രദ്ധേയമാണ്. ഈ നിയമഭേദ ഗതികളെപ്പറ്റി സാമാന്യമായി ഗ്രഹിക്കാൻ ഈ പുസ്തകം ഉപകരിക്കും. കേരളം ഒറ്റക്കെട്ടായി നടത്തിയ നീക്കങ്ങളുടെ ആത്മാവാണ് നിയമസഭാപ്രമേയവും മറ്റ് വിഷയത്തിൽ പിണറായി വിജയൻ നടത്തിയ പ്രസംഗവും പോരാട്ടങ്ങളുടെ രേഖ എന്നതിനുപരി നാളത്തെ രാഷ്ട്രീയ പോരാട്ടങ്ങൾക്കുള്ള വിത്തുവിതയ്ക്കൽ കൂടിയാണ് ഈ കൃതി.

ചിന്ത പബ്ലിഷേഴ്സ്

പൗരത്വമെന്നാൽ

ഭരണഘടനാപരമായി അനുവദിച്ചിട്ടുള്ള അവകാശങ്ങളെല്ലാം ആസ്വദിക്കുന്നതിനുള്ള അടിസ്ഥാനം പൗരത്വമാണ്. സ്വതന്ത്രരാജ്യത്തിലെ എല്ലാവിധ അവകാശങ്ങളുമുള്ള സ്വതന്ത്ര വ്യക്തിയാണ് പൗരൻ/പൗര. 'ഭരിക്കുവാനും ഭരിക്കപ്പെടാനും അർഹതയുള്ളവനാണ് പൗരൻ' എന്നാണ് അരിസ്റ്റോട്ടിലിന്റെ അഭിപ്രായം. വ്യക്തിയെ രാഷ്ട്രവുമായി ബന്ധിപ്പിക്കുന്ന അടിസ്ഥാന സങ്കൽപ്പമാണ് പൗരത്വം.

ഇന്ത്യയിലെ ജനങ്ങളുടെ അവകാശങ്ങൾ സംരക്ഷിക്കുന്ന രേഖയാണ് നമ്മുടെ ഭരണഘടന. അതിനു മേലെയല്ല ഒരു നിയമവും ചട്ടവും. ഇന്ത്യൻ ജീവിതവുമായി ബന്ധപ്പെട്ട എന്തിന്റെയും കാര്യത്തിൽ നമ്മുടെ ഉരകല്ല് ഭരണഘടനയാണ്. ഭരണഘടനയുടെ ഭാഗം 3 ൽ ആർട്ടിക്കിളുകൾ 12 മുതൽ 35 വരെ മൗലികാവകാശങ്ങൾ ഏതൊക്കെയെന്ന് വിശദീകരിച്ചിട്ടുണ്ട്. സമത്വത്തിനുള്ള അവകാശം, സ്വാതന്ത്ര്യത്തിനുള്ള അവകാശം, ചൂഷണത്തിനെതിരായ അവകാശം, മത സ്വാതന്ത്ര്യത്തിനുള്ള അവകാശം, സാംസ്കാരികവും വിദ്യാഭ്യാസപരവുമായ അവകാശങ്ങൾ, ഭരണഘടനാപരമായ പരിഹാരങ്ങൾക്കുള്ള അവകാശം എന്നിവ ഇന്ത്യൻ ഭരണഘടന ഉറപ്പ് നൽകുന്ന മൗലികാവകാശങ്ങളാണ്.

നിയമത്തിനു മുന്നിൽ എല്ലാവരും തുല്യരാണെന്നും ജാതി, മതം, വംശം, ലിംഗം, ജനിച്ച പ്രദേശം തുടങ്ങിയവയുടെ അടിസ്ഥാനത്തിൽ ഒരുവിധ വിവേചനവും പാടില്ലെന്നും നമ്മുടെ ഭരണഘടന അനുശാസിക്കുന്നുണ്ട്. സമത്വത്തിനുള്ള അവകാശത്തിന്റെ ആത്മാവാണ് ഈ മൂല്യങ്ങൾ. ഭരണഘടനാ മൂല്യങ്ങളാണ് നമ്മുടെ രാഷ്ട്രത്തെ റിപ്പബ്ലിക് ആയി നി

ലനിർത്തുന്നത്. ഭരണഘടനാ മൂല്യങ്ങൾ വെല്ലുവിളി നേരിടുകയെന്നാൽ ജനങ്ങളുടെ ജീവിതം വെല്ലുവിളിക്കപ്പെടുന്നു എന്നാണ് അർത്ഥം. ആ നിലയ്ക്ക്, ഭരണഘടന സംരക്ഷിക്കുക എന്നത് നമ്മുടെ ജീവിതത്തെയും രാഷ്ട്രത്തെയും സംരക്ഷിക്കൽ തന്നെയാണ്.

എല്ലാ ഇന്ത്യക്കാർക്കും ഭരണഘടന ഉറപ്പ് നൽകുന്ന ഈ അവകാശങ്ങൾ ഉൾപ്പെടെ ഭരണഘടനാപരമായ അവകാശങ്ങളെല്ലാം ഇന്ത്യൻ പൗരന്മാർക്കാണ് അനുവദിച്ചിട്ടുള്ളത്. ഏതൊരു രാജ്യത്തും അതത് രാജ്യങ്ങളുടെ ഭരണഘടനാനുസൃതമായ അവകാശങ്ങളും ആനുകൂല്യങ്ങളും പൗരൻമാർക്കാണ് ലഭ്യമാക്കുന്നത്. നമ്മുടെ ഭരണഘടനയുടെ 5 മുതൽ 11 വരെയുള്ള അനുച്ഛേദങ്ങളിലാണ് ഇന്ത്യൻ പൗരത്വം എന്ന കാഴ്ചപ്പാട് വിശദമാക്കിയിട്ടുള്ളത്. പൗരത്വം നിഷേധിക്കുന്നതിലൂടെ ഈ അവകാശങ്ങളെല്ലാം നിഷേധിക്കുക കൂടിയാണ് ചെയ്യുന്നത്. അപരവൽക്കരണമാണ് അതിന്റെ ഫലം. അതുവഴി ആ വ്യക്തിയുടെ സാമൂഹിക സാംസ്കാരിക രാഷ്ട്രീയ അസ്തിത്വം റദ്ദ് ചെയ്യപ്പെടും; അവർ രാജ്യവിരുദ്ധരായി മുദ്രയടിക്കപ്പെടും. തടവിൽ പാർക്കുന്നതിന് തുല്യമായി നരകജീവിതം നയിച്ച് മരണത്തിന് കീഴ്പ്പെടൽ മാത്രമായി അവരുടെ ശിഷ്ട ജീവിതം പരിണമിക്കും.

മൗലികാവകാശങ്ങൾക്കായുള്ള മുറവിളിക്ക് നൂറ്റാണ്ടുകളുടെ ചരിത്രം അവകാശപ്പെടാനുണ്ട്. സ്വരാജ് ബില്ലെന്ന് പുകൾപെറ്റ 1895, ലെ ഇന്ത്യൻ ഭരണഘടനാ ബില്ലിന്റെ രൂപത്തിലാണ് ആദ്യമായി ഈ ആവശ്യം ഉന്നയിക്കപ്പെട്ടത്. പിന്നീട് 1917 നും 1919 നും ഇടയിൽ നിരവധി റിപ്പോർട്ടുകൾ, ബില്ലുകൾ മുതലായവ തയ്യാറാക്കപ്പെട്ടപ്പോൾ സ്വാതന്ത്ര്യസമര പോരാളികൾ അഭിപ്രായ സ്വാതന്ത്ര്യത്തിനുള്ള അവകാശത്തിനായി വിവിധ രൂപത്തിൽ സമ്മർദ്ദം ചെലുത്തുകയും പ്രസ്തുത ആവശ്യം ഉന്നയിച്ച് സമരരൂപങ്ങൾ ശക്തിപ്പെടുത്തുകയും ചെയ്തിട്ടുണ്ട്.

ബ്രിട്ടീഷ് ഗവൺമെന്റിന് വിപുലമായ അധികാരങ്ങൾ ഉറപ്പാക്കിയാണ് 1919 ലെ റൗലറ്റ് നിയമം കൊണ്ടുവന്നത്. അറസ്റ്റ് ചെയ്യാനും അനിശ്ചിതകാലത്തേക്ക് തടങ്കലിൽ പാർപ്പിക്കാനും വാറന്റില്ലാതെ തിരച്ചിൽ നടത്തി പിടിച്ചെടുക്കാനും പൊതുയോഗങ്ങൾ നിയന്ത്രിക്കാനുമെല്ലാം ഈ നിയമം വ്യവസ്ഥ ചെയ്തു. മാധ്യമങ്ങളെയും പ്രസിദ്ധീകരണങ്ങളെയും കടുത്ത സെൻസർഷിപ്പിന് വിധേയമാക്കി. റൗലറ്റ് നിയമത്തിനോടുള്ള എതിർപ്പാണ് സ്വാതന്ത്ര്യസമരത്തെ കൂടുതൽ ശക്തിപ്പെടുത്തിയത്. നിയമ ലംഘനത്തിലേക്ക് നയിച്ചത് ഈ നിയമത്തിന്റെ ചുവടുപിടിച്ചുകൊണ്ടുകൂടിയാണ്.

ഇന്ത്യക്ക് ആധിപത്യ പദവി നൽകണമെന്ന് ഇന്ത്യൻ രാഷ്ട്രീയ

പാർട്ടികളുടെ പ്രാതിനിധ്യത്തോടെ രൂപീകരിച്ച 1928 ലെ നെഹ്റു കമ്മീഷൻ ആവശ്യപ്പെട്ടു. സോവിയറ്റ് യൂണിയന്റെ ഭരണഘടനയിൽ നിന്നുള്ള ഉദാഹരണങ്ങൾ ചൂണ്ടിക്കാട്ടി 1936 ൽ സോഷ്യലിസ്റ്റുകൾ ദേശീയ താൽപ്പര്യത്തിന് ഇണങ്ങുംവിധം പൗരാവകാശം സ്ഥാപിച്ചുകിട്ടുന്നതിനുള്ള സമരം ശക്തിപ്പെടുത്തി. ഇത്തരമൊരു ചരിത്ര പശ്ചാത്തലത്തിലാണ് സ്വതന്ത്ര ഭാരതത്തിൽ ഇന്ത്യൻ ഭരണഘടനാ അസംബ്ലി രാഷ്ട്രത്തിനായി ഭരണഘടന വികസിപ്പിക്കുന്നതിനുള്ള ചുമതല ഏറ്റെടുത്തത്. ഡോ. ബി ആർ അംബേദ്ക്കറുടെ നേതൃത്വത്തിൽ രൂപീകൃതമായ ഭരണഘടന ഡ്രാഫ്റ്റിങ് കമ്മിറ്റി വിശദമായ ചർച്ചകൾ നടത്തിയാണ് ഇന്ത്യൻ ഭരണഘടനയ്ക്ക് രൂപംനൽകിയിട്ടുള്ളത്.

കോൺസ്റ്റിറ്റ്യൂവന്റ് അസംബ്ലിയിൽ പൗരത്വം സംബന്ധിച്ച് വലിയ രീതിയിൽ തർക്കവിതർക്കങ്ങൾ നടന്നിട്ടുണ്ട്. പൗരന്മാർക്ക് ലഭ്യമായ അവകാശങ്ങളിൽ പ്രാഥമികമായ അവകാശമാണ് വോട്ടവകാശം. വോട്ടവകാശം ഉദാഹരണമായി എടുക്കാം. ദേശരാഷ്ട്ര സങ്കൽപ്പം യാഥാർത്ഥ്യമാകുംമുമ്പേ സാർവത്രിക വോട്ടവകാശം നടപ്പിലാക്കിയ ട്രാവൻകൂർ സ്റ്റേറ്റിന്റെ മാതൃകയിലാണ് ഇന്ത്യൻ ഭരണഘടന വോട്ടവകാശം നിർണയിച്ചത്. വോട്ടവകാശം നേടാൻ 21 വയസ്സ് പൂർത്തിയാവുകയും 180 ദിവസം ഇന്ത്യയിൽ സ്ഥിരതാമസമാക്കിയിരിക്കുകയും ചെയ്യണമെന്നാണ് കരട് ഭരണഘടനയിൽ വ്യക്തമാക്കിയത്. ഇത് വലിയതോതിൽ ചർച്ചകൾക്ക് ഇടയാക്കി. വിഭജനത്തെ തുടർന്ന് അഭയാർത്ഥികളായി ഇന്ത്യയിൽ കഴിയുന്നവർക്ക് 180 ദിവസമെന്ന സമയപരിധി നിശ്ചയിക്കുന്നത് വോട്ടവകാശവും അതുവഴി പൗരത്വവും ഇല്ലാതാക്കുമെന്ന വാദം ശക്തിമായി ഉന്നയിക്കപ്പെട്ടു. ഈ വാദത്തിൽ കഴമ്പുണ്ടെന്ന് തിരിച്ചറിഞ്ഞ കോൺസ്റ്റിറ്റ്യൂവന്റ് അസംബ്ലി സെക്രട്ടറിയേറ്റ് താമസത്തെക്കുറിച്ചുള്ള ചട്ടം മാറ്റാൻ തീരുമാനിച്ചു. അഭയാർത്ഥി, പൗരൻ എന്നീ ദ്വന്ദ്വങ്ങളിലൂടെ ഇന്ത്യയിൽ വസിക്കുന്നവരെ രണ്ടായി കാണരുതെന്ന കാഴ്ചപ്പാടിന് കിട്ടിയ അംഗീകാരമാണത്.

പൗരത്വത്തെ മതേതരമായി രൂപപ്പെടുത്തേണ്ടതിന്റെ ആവശ്യകതയെക്കുറിച്ച് നെഹ്റു അടക്കമുള്ളവർ അന്ന് സംസാരിക്കുകയുമുണ്ടായി. ഏതാണ്ട് 75 വർഷങ്ങൾക്കു മുമ്പ് പൗരത്വത്തിന് മതം അടിസ്ഥാനമാക്കുന്നതിനെക്കുറിച്ച് വിശദമായ ചർച്ചകൾ നടന്നുവെന്നർത്ഥം.

ഇന്ത്യൻ ഭരണഘടനയുടെ രണ്ടാം ഭാഗത്തിലാണ് പൗരത്വത്തെക്കുറിച്ച് പ്രതിപാദിക്കുന്നത്. ഇന്ത്യയിൽ ജനിക്കുകയും വസിക്കുകയും ചെയ്യുന്നവർ, ഇന്ത്യൻ പൗരന്മാരല്ലാത്ത രക്ഷിതാക്കൾക്ക് ഇന്ത്യയിൽ ജനിച്ച കുട്ടികൾ, വിദേശത്തു ജനിച്ചതെങ്കിലും ഇന്ത്യയിൽ സ്ഥിരതാമസമാക്കിയവർ, ഭരണഘടന നിലവിൽ വരുന്നതിന് 5 വർഷം മുമ്പുമുതൽ

ഇന്ത്യയിൽ താമസമാക്കിയവർ എന്നിവർ ഭരണഘടന നിലവിൽ വന്നതോടെ ഇന്ത്യൻ പൗരന്മാരായി മാറി.

വിഭജനത്തിന്റെ മുറിവ് ഉണങ്ങുംമുമ്പേ നിലവിൽവന്ന ഭരണഘടനയിൽ പാകിസ്ഥാനിൽ നിന്ന് ഇന്ത്യയിലേക്ക് കുടിയേറിയവർക്കുള്ള പൗരത്വത്തെക്കുറിച്ച് വിശദീകരിച്ചിട്ടുണ്ട്. ഭരണഘടനയുടെ ഖണ്ഡിക 6 പ്രകാരം, പാകിസ്ഥാൻ ഉൾപ്പെടുന്ന പ്രദേശത്തുനിന്ന് ഭാരതത്തിലേക്ക് കുടിയേറി പാർത്തവരോ ഇന്ത്യയിൽ ജനിച്ചതോ മാതാപിതാക്കളിൽ ഒരാളോ പിതാമഹരിൽ ആരെങ്കിലുമോ ഇന്ത്യയിൽ ജനിച്ചതും 1948 ജൂലൈ 10-ാം തീയതിക്കുമുമ്പ് കുടിയേറി പാർത്ത് ഭാരതത്തിന്റെ ഭൂപ്രദേശത്ത് സ്ഥിരതാമസമാക്കിയിരിക്കുന്നതും അല്ലെങ്കിൽ 1948 ജൂലൈ 19 നോ അതിനുശേഷമോ ഇന്ത്യൻ പൗരത്വത്തിനായി രജിസ്റ്റർ ചെയ്തതുമായ ആളോ ഇന്ത്യൻ പൗരനായി കരുതപ്പെടും.

ഖണ്ഡിക 7 പ്രകാരം, 1947 മാർച്ച് 1 ന് ശേഷം ഭാരതത്തിന്റെ ഭൂപ്രദേശത്തുനിന്നും ഇപ്പോൾ പാകിസ്ഥാൻ ഉൾപ്പെടുന്ന പ്രദേശത്തേക്ക് കുടിയേറിപ്പോയശേഷം ഭാരതത്തിന്റെ ഭൂപ്രദേശത്ത് പുനരധിവാസത്തിനോ സ്ഥിരമായി തിരിച്ചുവരവിനോ വേണ്ട അനുവാദപത്ര പ്രകാരം മടങ്ങിവന്നിട്ടുള്ള ഏതൊരാളേയും 1948 ജൂലൈ 19-ാം തീയതിക്കുശേഷം കുടിയേറി പാർത്തവരായി കണക്കാക്കും.

ഖണ്ഡിക 8 പ്രകാരം, ഭാരതത്തിൽ ഉൽപ്പത്തി (വ്യക്തിയോ മാതാപിതാക്കളിൽ ഒരാളോ, പിതാമഹരിൽ ഒരാളോ, മാതാമഹരിൽ ഒരാളോ ഭാരതത്തിൽ ജനിച്ചവർ) ഉണ്ടായിരുന്നാലും അവർക്ക് പൗരത്വത്തിനുള്ള അവകാശം നൽകുന്നു.

പൗരത്വം ആർക്കെല്ലാമെന്നു നിർവചിച്ചപ്പോൾ അവരുടെ മതമോ ജാതിയോ ആരും തിരക്കിയിട്ടില്ല. മതം പൗരത്വത്തിൽ ഒരു ഘടകമേ ആയിട്ടില്ല. 1950 ജനുവരി 26 ന് ആരൊക്കെ ഇന്ത്യൻ പൗരന്മാരായിരിക്കും എന്നാണ് ഭരണഘടന വിശദീകരിച്ചത്. ബാക്കിയുള്ളവ തീരുമാനിക്കാനുള്ള അവകാശം പാർലമെന്റിനാണ്. അതിന്റെ അടിസ്ഥാനത്തിലാണ് 1955 ലെ പൗരത്വ നിയമം കൊണ്ടുവന്നത്. ഇന്ത്യൻ പൗരത്വ നിയമ പ്രകാരം 1950 ജനുവരി 26 നോ അതിനുശേഷമോ ഇന്ത്യയിൽ ജനിച്ചവരെല്ലാം ഇന്ത്യൻ പൗരന്മാരാണ്. വിദേശികൾക്ക് ഇന്ത്യാ ഗവൺമെന്റിന്റെ അനുമതിയോടെ ഇന്ത്യൻ പൗരത്വം നേടാൻ അവകാശമുണ്ട്. ജനനം, പാരമ്പര്യം, രജിസ്ട്രേഷൻ, സ്വാഭാവികവൽക്കരണം എന്നിവ അടിസ്ഥാനമാക്കിയാണ് 1955 ലെ പൗരത്വ നിയമം ഇന്ത്യൻ പൗരത്വത്തിനുള്ള അർഹത നിശ്ചയിച്ചിട്ടുള്ളത്.

വോട്ടർ പട്ടികയിൽ ഉൾപ്പെടാനും പൗരത്വം നേടിയെടുക്കുന്നതിനും ന്യൂനപക്ഷ സമുദായക്കാരും പാർശ്വവൽക്കരിക്കപ്പെട്ടവരും നട

ത്തിയ പോരാട്ടത്തിന്റെ വിജയത്തിലൂടെയാണ് നിയമപരമായ തുല്യതയിൽ അധിഷ്ഠിതമായ പൗരത്വമെന്ന അവകാശം നേടിയെടുത്തത്. ബഹുസ്വരതയേയും വൈവിധ്യങ്ങളേയും ഉൾച്ചേർക്കുകയെന്ന അടിസ്ഥാന ആദർശത്തിലൂന്നിയാണ് കോൺസ്റ്റിറ്റ്യുവന്റ് അസംബ്ലി മുതലിങ്ങോട്ട് നിയമനിർമ്മാണവും ഭേദഗതികളും ഭരണഘടനാ ഭേദഗതികളും മുന്നോട്ടുപോയിട്ടുള്ളത്. വിഭജനത്തിന്റെ പേരിൽ മനുഷ്യർ തെരുവിൽ ഏറ്റുമുട്ടിയ നാളുകളിൽ ഉൾപ്പെടെ ഒരുഘട്ടത്തിലും മതം പൗരത്വ നിർണയത്തിന്റെ ഭാഗമായിട്ടില്ലെന്നത് പ്രത്യേകം ശ്രദ്ധിക്കേണ്ടതുണ്ട്.

പൗരത്വം ഒരു രാഷ്ട്രീയ പദവി കൂടിയാണ്. ഒരു രാഷ്ട്രത്തിന്റെ ഭരണസംവിധാനത്തെ നിശ്ചയിക്കാനും ആ രാഷ്ട്രത്തിന്റെ ആശയം രൂപീകരിക്കാനും ഒരാൾക്ക് ലഭിക്കുന്ന അവസരം കൂടിയാണ് പൗരത്വത്തിലൂടെ കൈവരുന്നത്. അതിന്റെ അടിസ്ഥാനം തുല്യതയായി മാറുമ്പോൾ മാത്രമേ ജനാധിപത്യം ശരിയായ അർത്ഥത്തിൽ രൂപപ്പെടുകയുള്ളൂ. പൗരത്വത്തിന്റെ അടിസ്ഥാനം മതമായി മാറുന്നതോടെ പൗരത്വത്തിന്റെ രാഷ്ട്രീയ പദവിക്ക് മതപരമായ മാനം കൈവരികയാണ്. അത് മതരാഷ്ട്രത്തിലേക്കുള്ള ചുവടുവെപ്പാണ്.

പൗരത്വ നിയമ ഭേദഗതികൾ

ബഹുസ്വരതയും വൈവിധ്യങ്ങളെ ഉൾക്കൊള്ളാനുള്ള ആർജവവു മാണ് ഇന്ത്യൻ ഭരണഘടനയുടെ അടിസ്ഥാനശില. ജാതിയുടെയോ മത ത്തിന്റെയോ വർണത്തിന്റെയോ സാമ്പത്തികനിലയുടെയോ സാമൂഹി കസ്ഥിതിയുടെയോ അടിസ്ഥാനത്തിൽ ആരെയും മാറ്റിനിർത്തുന്നില്ല; ആർക്കും ഔന്നത്യം കൽപ്പിക്കുന്നുമില്ല. നിയമത്തിന്റെ മുന്നിൽ എല്ലാ വരും തുല്യരാണെന്ന ശക്തമായ സന്ദേശമാണ് ഭരണഘടന ഉറപ്പാക്കു ന്നത്. പൗരത്വനിയമം 1955 ലാണ് നിലവിൽ വന്നത്. 2019 വരെ 6 ഭേദഗതികൾ ഈ നിയമത്തിലുണ്ടായിട്ടുണ്ട്.

പൗരത്വ ഭേദഗതി നിയമം 1986

ജനനം അടിസ്ഥാനമാക്കിയുള്ള പൗരത്വത്തിന് ജനനസമയത്ത് അച്ഛനമ്മമാരിൽ ഒരാൾ ഇന്ത്യൻ പൗരൻ ആയിരിക്കണമെന്ന നിബ ന്ധന ഉൾപ്പെടുത്തി. 1987 ജൂലൈ 1 നും 2004 ഡിസംബർ 4 നും ഇടയിൽ ജനിച്ചിട്ടുള്ളവരിൽ അച്ഛനോ അമ്മയോ ഇന്ത്യൻ പൗരൻ ആയാൽ ജന നംമൂലമുള്ള പൗരത്വം ലഭിക്കും.

പൗരത്വ ഭേദഗതി നിയമം 1992

ഇന്ത്യൻ പൗരരായ സ്ത്രീകൾ ജന്മം നൽകുന്ന കുട്ടികൾ ജനനം വഴിയുള്ള പൗരന്മാരായിരിക്കുമെന്ന് വ്യവസ്ഥ ചെയ്തു.

പൗരത്വ ഭേദഗതി നിയമം 2003

അനധികൃത കുടിയേറ്റക്കാരുടെ മക്കൾക്ക് പൗരത്വം ലഭിക്കില്ലെന്ന നിബന്ധന കൊണ്ടുവന്നത് ഈ നിയമഭേദഗതിയിലാണ്. അനധികൃത കുടിയേറ്റക്കാർ രജിസ്ട്രേഷൻ വഴിയും സ്വാഭാവികവൽക്കരണം വഴിയുമുള്ള പൗരത്വത്തിന് അർഹരല്ലെന്ന് ഈ ഭേദഗതിയിലൂടെ വ്യക്തമാക്കി. 2004 ഡിസംബർ 4 ന് ശേഷം ജനിച്ചവരുടെ അച്ഛനും അമ്മയും ഇന്ത്യൻ പൗരരാണെങ്കിലേ ജനനം അടിസ്ഥാനമാക്കിയുള്ള പൗരത്വം ലഭിക്കയുള്ളൂ.

പൗരത്വ ഭേദഗതി നിയമം 2006

ഇന്ത്യക്കു പുറത്ത് താമസിക്കുന്ന ഇന്ത്യൻ വംശജർക്ക് ഓവർസീസ് പൗരത്വം ലഭിക്കാനുള്ള നടപടികളാണ് ഈ നിയമഭേദഗതിയിൽ ഉൾപ്പെടുത്തിയത്.

പൗരത്വ ഭേദഗതി നിയമം 2015

ഓവർസീസ് പൗരരുടെ അവകാശങ്ങൾ, തിരിച്ചറിയൽ കാർഡിന് അപേക്ഷിക്കാനുള്ള നടപടിക്രമങ്ങൾ എന്നിവയാണ് ഈ നിയമഭേദഗതിയുടെ ഉള്ളടക്കം.

പൗരത്വ ഭേദഗതി നിയമം 2019

പൗരത്വ നിയമത്തിൽ വരുത്തിയ അഞ്ച് ഭേദഗതികളിൽ നിന്നു വ്യത്യസ്തമായ സമീപനമാണ് 2019 ൽ അവതരിപ്പിച്ച ഭേദഗതിക്കുള്ളത്. പൗരത്വ ഭേദഗതി നിയമം 2019 പ്രകാരം 5 പ്രധാന ഭേദഗതികൾ പുതുതായി കൊണ്ടുവന്നു.

I. പൗരത്വ നിയമം 1955 ലെ രണ്ടാം വകുപ്പിലെ ഒന്നും ഉപവകുപ്പിൽ ബി ആയി '2014 ൽ ഡിസംബർ 31-ാം തീയതിയോ അതിനുമുമ്പോ ഇന്ത്യയിൽ പ്രവേശിച്ച അഫ്ഗാനിസ്ഥാൻ, ബംഗ്ലാദേശ്, പാകിസ്ഥാൻ എന്നിവിടങ്ങളിൽനിന്നുള്ള ഹിന്ദു, സിഖ്, ബുദ്ധിസ്റ്റ്, ജൈന, പാഴ്സി, ക്രിസ്ത്യൻ വിഭാഗങ്ങളിൽപ്പെടുന്നതും 1920 ലെ പാസ്പോർട്ട് ആക്ടിന്റെ മൂന്നാം വകുപ്പിലെ രണ്ടാം ഉപവകുപ്പിലെ (സി) ഖണ്ഡപ്രകാരമോ അതിന് കീഴിലെ അല്ലെങ്കിൽ 1946 ലെ ഫോറിനേഴ്സ് ആക്ടിന്റെയോ ചട്ടങ്ങളുടെയോ വ്യവസ്ഥപ്രകാരമോ കേന്ദ്ര ഗവൺമെന്റ് ഇളവ് നൽകിയിട്ടുള്ള ഏതൊരു വ്യക്തിയേയും ഈ ആക്ടിന്റെ ഉപയോഗത്തിലേക്കായി അനധികൃത കുടിയേറ്റക്കാരായി കണക്കാക്കില്ല' എന്ന പുതിയ ഭാഗം കൂട്ടിച്ചേർത്തു.

II. (1) "രജിസ്ട്രേഷൻ സർട്ടിഫിക്കറ്റിനായോ സ്വാഭാവികവൽക്കരണ സർട്ടിഫിക്കറ്റിനായോ വകുപ്പ് 2 ലെ ബി ഉപവകുപ്പിന്റെ നിബന്ധനയിൽ പരാമർശിച്ചിരിക്കുന്ന ഒരു വ്യക്തി സമർപ്പിക്കുന്ന അപേക്ഷ കേന്ദ്ര ഗവൺമെന്റ്, അല്ലെങ്കിൽ ഗവൺമെന്റ് നിർണയിക്കുന്ന അധികാരസ്ഥാനം നിർദ്ദേശിക്കുന്ന വ്യവസ്ഥകൾക്കും നിയന്ത്രണങ്ങൾക്കും വിധേയമായിരിക്കേണ്ടതാണ്."

(2) "വകുപ്പ് 1 പ്രകാരം രജിസ്ട്രേഷൻ സർട്ടിഫിക്കറ്റ് അല്ലെങ്കിൽ സ്വാഭാവികവൽക്കരണ സർട്ടിഫിക്കറ്റ് അനുവദിച്ച് നൽകപ്പെട്ട വ്യക്തിയെ 5-ാം വകുപ്പിൽ നിഷ്കർഷിക്കുന്ന വ്യവസ്ഥകളും 3-ാം പട്ടികയിലെ വ്യവസ്ഥകൾ പ്രകാരമുള്ള സ്വാഭാവികവൽക്കരണത്തിനുള്ള യോഗ്യതകളും പാലിക്കുന്ന പക്ഷം ഇന്ത്യയിൽ പ്രവേശിച്ച തീയതി മുതൽ ഇന്ത്യൻ പൗരനായി കണക്കാക്കുന്നതാണ്."

(3) "ഒരു വ്യക്തിക്കെതിരെ അനധികൃത കുടിയേറ്റം അല്ലെങ്കിൽ പൗരത്വം എന്നതു സംബന്ധിച്ച ഏതെങ്കിലും നടപടികൾ തുടരുന്നുവെങ്കിൽ ആ വ്യക്തിക്ക് പൗരത്വം നൽകുന്നതോടെ അതവസാനിക്കും. എന്നാൽ അപ്രകാരമുള്ള വ്യക്തിക്കെതിരെ നടപടികൾ തുടരുന്നുണ്ടെങ്കിലും ആ വ്യക്തിക്ക് ഈ വകുപ്പിൻപ്രകാരം പൗരത്വം നൽകുന്നതിന് യോഗ്യതയുണ്ടെന്ന് ബോധ്യപ്പെടുന്ന പക്ഷം അയാളെ പൗരത്വത്തിനുള്ള അപേക്ഷ സമർപ്പിക്കുന്നതിൽനിന്നും കേന്ദ്ര ഗവൺമെന്റോ ഗവൺമെന്റ് ആയതിനുവേണ്ടി നിർണയിക്കുന്ന അധികാരസ്ഥാനമോ തടയാനോ ആ വ്യക്തിയുടെ അപേക്ഷ നിരസിക്കാനോ പാടില്ലാത്തതുമാണ്."

(4) "ഭരണഘടനയുടെ 6-ാം പട്ടികയിൽ ഉൾപ്പെടുത്തിയിരിക്കുന്ന ആസ്സാം, മേഘാലയ, മിസ്സോറാം, ത്രിപുര എന്നിവിടങ്ങളിലെ ഗോത്രവർഗ്ഗ പ്രദേശങ്ങൾക്കും 1873 ലെ ബംഗ്ലാ ഈസ്റ്റേൺ ഫ്രോണ്ടിയർ റെഗുലേഷനു കീഴിൽ ഇന്നർ ലൈനായി വിജ്ഞാപനം ചെയ്യപ്പെട്ടിരിക്കുന്ന പ്രദേശങ്ങൾക്കും ഈ വകുപ്പ് ബാധകമല്ല." ഈ ഭേദഗതികൾക്കായി 6 ബി എന്ന വകുപ്പ് കൂട്ടിച്ചേർത്തു.

III."ഓവർസീസ് സിറ്റിസൺ ഓഫ് ഇന്ത്യ കാർഡ് ഉടമസ്ഥർ ഈ നിയമത്തിലെ വ്യവസ്ഥകൾ അല്ലെങ്കിൽ മറ്റേതെങ്കിലും

നിയമത്തിലെ നിലവിലുള്ള വ്യവസ്ഥകൾ ലംഘിക്കുന്ന പക്ഷം അത് ഓവർസീസ് സിറ്റിസൺ ഓഫ് ഇന്ത്യ കാർഡ് ഉടമയ്ക്ക് ന്യായമായ അവസരം നൽകി അവരുടെ ഭാഗം കൂടി കേട്ടതിനു ശേഷം മാത്രമേ ഈ വിഭാഗത്തിനു കീഴിൽ ഒരു ഉത്തരവ് പുറപ്പെടുവിക്കാൻ പാടുള്ളൂ." ഈ ഭേദഗതിക്കായി 7-ാം വകുപ്പിൽ ഉപവകുപ്പായി ഡി എ കൂട്ടിച്ചേർത്തു.

IV."രജിസ്ട്രേഷൻ അല്ലെങ്കിൽ സ്വാഭാവികവൽക്കരണ സർട്ടിഫിക്കറ്റ് നൽകുന്നതിനുള്ള വ്യവസ്ഥകൾ, നിയന്ത്രണങ്ങൾ, രീതി എന്നിവ സെക്ഷൻ 6 ബിയിലെ ഉപവിഭാഗം (1) പ്രകാരം ആയിരിക്കും."

V."ഹിന്ദു, സിഖ്, ബുദ്ധ, ജൈന, പാഴ്സി അല്ലെങ്കിൽ അഫ്ഗാനിസ്ഥാനിലെയോ ബംഗ്ലാദേശിലെയോ പാകിസ്ഥാനിലേയോ ക്രിസ്ത്യൻ സമൂഹം എന്നിവർക്ക് ഈ ഉപവകുപ്പ് അനുസരിച്ച് ഇന്ത്യയിൽ താമസിച്ചത് അല്ലെങ്കിൽ സേവനം നടത്തിയത് '11 വർഷത്തിൽ കുറയാത്തത് എന്നതിന് പകരം '5 വർഷത്തിൽ കുറയാത്തത് എന്ന് മാറ്റിവായിക്കണം".

2003 ൽ ദേശീയ ജനാധിപത്യ സഖ്യം (എൻ ഡി എ) നേതൃത്വം നൽകിയ സർക്കാർ അധികാരത്തിലിരിക്കുമ്പോൾ ദേശീയ പൗരത്വ രജിസ്റ്റർ നിയമം കൊണ്ടുവന്നിരുന്നു. ഇന്ത്യൻ പൗരർക്ക് ഒരു ദേശീയ രജിസ്റ്റർ വേണമെന്ന് ഒരു ഗവൺമെന്റ് തീരുമാനിച്ചത് ആദ്യമായാണ്. 1955 ലെ പൗരത്വ നിയമത്തിൽ ഭേദഗതി വരുത്തിക്കൊണ്ടാണ് ഇത് സാധിച്ചെടുത്തത്. അങ്ങനെ ചരിത്രത്തിൽ ആദ്യമായി ദേശീയ പൗരത്വ രജിസ്റ്റർ എന്ന ആശയം നടപ്പിൽവരുത്തുകയും നിയമത്തിൽ ദേശീയ തിരിച്ചറിയൽ കാർഡ് പുറത്തിറക്കുന്നതിനുള്ള വ്യവസ്ഥയുണ്ടാക്കുകയും ചെയ്തു.

2003 ൽ തന്നെ ദേശീയ രജിസ്ട്രേഷന് ആവശ്യമായ ചട്ടങ്ങൾ ആ ഗവൺമെന്റ് പുറപ്പെടുവിച്ചിരുന്നു. ദേശീയ പൗരത്വ രജിസ്ട്രേഷൻ എങ്ങനെയാണ് നടപ്പിലാക്കേണ്ടത് എന്ന് കൃത്യമായി ആ ചട്ടങ്ങളിൽ വ്യക്തമാക്കിയിട്ടുള്ളതാണ്. നിയമവിരുദ്ധ കുടിയേറ്റക്കാർ എന്ന പ്രയോഗം കടന്നുവന്നത് ഈ ചട്ടങ്ങളുടെ ഭാഗമായാണ്. പിന്നീടുവന്ന രണ്ടാം യു പി എ സർക്കാരാകട്ടെ ഈ നിയമഭേദഗതിയെ ഗൗരവത്തോടെ കണ്ടില്ലെന്നു മാത്രമല്ല 2010 ൽ ദേശീയ ജനസംഖ്യ രജിസ്റ്റർ നടപ്പാക്കുന്നതിനുള്ള പ്രവർത്തനങ്ങളുമായി മുന്നോട്ടുപോവുകയും ചെയ്തു.

നിയമനിർമ്മാണത്തിനുശേഷം ഉടലെടുക്കുന്ന സാമൂഹിക സാഹചര്യങ്ങളുടെയും സാമൂഹിക സമ്മർദ്ദങ്ങളുടേയും അടിസ്ഥാനത്തിലോ ദീർഘകാലാവശ്യങ്ങളെ അവകാശങ്ങളായി പരിഗണിക്കാനോ ആണ് പൊതുവിൽ നിയമനിർമ്മാണം നടത്തുകയും നിയമ ഭേദഗതി വരുത്തുകയും ചെയ്യുന്നത്. നാട്ടിൽ ഉയർന്നുവരുന്ന സാമൂഹിക, രാഷ്ട്രീയ സമ്മർദങ്ങളുടെ അടിസ്ഥാനത്തിലോ അടിയന്തരമായി പരിഹാരം കാണേണ്ട പ്രശ്നങ്ങളിന്മേൽ നിയമപരമായ പരിഹാര നിർദ്ദേശങ്ങൾ ഉറപ്പാക്കുന്നതിനോ ആണ് പല നിയമങ്ങളും കൊണ്ടുവന്നിട്ടുള്ളത്. അത്തരം സാഹചര്യങ്ങളുടെയൊന്നും പിൻബലമില്ലാതെയാണ് 2019 ലെ പൗരത്വ ഭേദഗതി നിയമം കൊണ്ടുവന്നത്.

2016 ജൂലൈ 19 നാണ് പൗരത്വ ഭേദഗതി ബിൽ ലോക്സഭയിൽ അവതരിപ്പിച്ചത്. 2016 ആഗസ്റ്റ് 12 ന് സംയുക്ത പാർലമെന്ററി കമ്മിറ്റിക്ക് ബിൽ റെഫർ ചെയ്തു. 2019 ജനവരി 7 ന് കമ്മിറ്റി റിപ്പോർട്ട് സമർപ്പിച്ചു. ലോക്സഭ തിരഞ്ഞെടുപ്പിന് മുന്നോടിയായി നടത്തിയ ഈ നീക്കങ്ങൾക്ക് കൃത്യമായ രാഷ്ട്രീയ ലക്ഷ്യവും ദുരുദ്ദേശ്യവുമുണ്ടായിരുന്നു.

വീണ്ടും അധികാരത്തിൽ വന്ന നരേന്ദ്രമോദി സർക്കാർ 2019 ഡിസംബർ 4 ന് ബില്ലിന് മന്ത്രിസഭയുടെ അംഗീകാരം നൽകി. 2019 ഡിസംബർ 9 ന് ആഭ്യന്തര മന്ത്രി അമിത്ഷാ ബിൽ ലോക്സഭയിൽ അവതരിപ്പിച്ചു. 311 അംഗങ്ങൾ അനുകൂലിച്ചു. 80 അംഗങ്ങൾ എതിർത്തു. 2019 ഡിസംബർ 11 ന് ബിൽ രാജ്യസഭയിൽ അവതരിപ്പിച്ചു. 125 അംഗങ്ങൾ അനുകൂലിച്ചു. 105 അംഗങ്ങൾ എതിർത്തു. 2019 ഡിസംബർ 12 ന് രാഷ്ട്രപതിയുടെ അംഗീകാരം ലഭിച്ചു.

പൗരത്വ ഭേദഗതി നിയമം 2019 ന്റെ ഭരണഘടനാപരമായ

സാധുതയെ ചോദ്യം ചെയ്തുകൊണ്ട് സുപ്രീം കോടതിയിൽ ഹർജികൾ ഫയൽ ചെയ്യപ്പെട്ടു. ഈ ഹർജികൾ സുപ്രീം കോടതിയുടെ പരിഗണനയിൽ ഇരിക്കെത്തന്നെ 2024 ൽ മാർച്ച് 11 ന് പൗരത്വ ഭേദഗതി ചട്ടങ്ങൾ വിജ്ഞാപനം ചെയ്ത് നിയമം നടപ്പിൽവരുത്തി. വിജ്ഞാപനപ്രകാരം 2020 ജനവരി 10 മുതൽ നിയമം പ്രാബല്യത്തിൽ വന്നു. നിയമപരമായ കീഴ്‌വഴക്കങ്ങളേയും ധാർമ്മികതയേയും തൃണവൽക്കരിച്ചാണ് കേന്ദ്ര സർക്കാർ ഇങ്ങനെയൊരു നീക്കം നടത്തിയത്.

അവകാശങ്ങളുടെ കാര്യത്തിൽ ഏതൊരാൾക്കും തുല്യത നൽകുന്നതാണ് ഇന്ത്യൻ ഭരണഘടന. ഇതിന്റെ അടിസ്ഥാനത്തിലാണ് 1955 ൽ രാജ്യത്ത് പൗരത്വനിയമം രൂപീകരിക്കപ്പെട്ടത്. പിൽക്കാലത്ത് വന്ന ഭേദഗതികളിലൊന്നും മതവിവേചനം ഉണ്ടായിട്ടില്ല. എന്നാലിപ്പോൾ മതപരമായ വിവേചനം പൗരത്വത്തിന്റെ കാര്യത്തിൽ അടിച്ചേൽപ്പിക്കുകയാണ് കേന്ദ്ര സർക്കാർ ചെയ്യുന്നത്.

പൗരത്വ ഭേദഗതി നിയമം 2019 പ്രകാരം 2014 ഡിസംബർ 31 നോ അതിനു മുമ്പോ പാകിസ്ഥാൻ, ബംഗ്ലാദേശ്, അഫ്ഗാനിസ്ഥാൻ എന്നിവിടങ്ങളിൽനിന്നും കുടിയേറിയ ഹിന്ദുക്കൾ, ബുദ്ധമതക്കാർ, ജൈനർ, സിഖുകാർ, പാഴ്സികൾ, ക്രിസ്ത്യാനികൾ എന്നീ വിഭാഗങ്ങളിൽപ്പെട്ടവർക്ക് പൗരത്വം നൽകാം; അവിടെനിന്ന് കുടിയേറിയ മുസ്ലീമിന് പൗരത്വത്തിന് അർഹതയുണ്ടാകില്ല. കുടിയേറിയ ജനതയിൽ മുസ്ലീം ആയിപ്പോയി എന്ന ഒറ്റ കാരണത്താൽ പൗരത്വം നിഷേധിക്കുന്നത് വിവേചനപരം തന്നെയാണ്.

പൗരത്വ ഭേദഗതി ചട്ടങ്ങൾ

പൗരത്വ ഭേദഗതി നിയമത്തിന്റെ ചട്ടങ്ങൾ 2024 ൽ മാർച്ച് 11 ന് കേന്ദ്രസർക്കാർ വിജ്ഞാപനം ചെയ്തു. നാലേകാൽ വർഷം മുമ്പ് മതിയായ ചർച്ചകളോ കൂടിയാലോചനകളോ ഒന്നുംകൂടാതെ തിടുക്കത്തിൽ നടപ്പാക്കിയ ഒരു നിയമത്തിന്റെ ചട്ടങ്ങളാണ് ലോക്സഭാ തിരഞ്ഞെടുപ്പ് വിജ്ഞാപനം പുറത്തു വരുന്നതിനു തൊട്ടുമുമ്പായി പുറപ്പെടുവിച്ചിരിക്കുന്നത്.

നാം ഇന്ത്യക്കാരാണ് എന്ന പ്രാഥമിക പൗരബോധം ഉറപ്പിക്കാനുതകുന്ന ഘടന രൂപപ്പെടുത്തുക എന്നതാണ് ഏതു പൗരത്വനിയമത്തിന്റെയും അടിസ്ഥാനമായിത്തീരേണ്ടത്. എന്നാൽ അതിനുപകരം താൻ ഹിന്ദുവാണോ മുസ്ലീമാണോ ക്രിസ്ത്യാനിയാണോ എന്ന് ചിന്തിപ്പിക്കാനുതകുന്ന പൗരത്വ നിയമങ്ങൾ രാഷ്ട്രത്തെ ദുർബലപ്പെടുത്താനേ സഹായിക്കൂ. മതനിരപേക്ഷതയെയും ഫെഡറൽ ഘടനയെയും സംരക്ഷിച്ചുകൊണ്ട് മാത്രമേ രാജ്യത്തെ ഇന്നു നാം ജീവിക്കുന്ന ജനാധിപത്യ രാജ്യമായി നിലനിർത്താനാവൂ. അതിനെ തകർക്കുന്ന ഏതു നീക്കവും രാഷ്ട്രത്തെ തന്നെ ദുർബ്ബലമാക്കുമെന്ന് തിരിച്ചറിയേണ്ടതുണ്ട്. അതുകൊണ്ട് പൗരത്വ ഭേദഗതി നിയമത്തിനെതിരായ നിലപാട് രാജ്യത്തിന്റെ ഐക്യവും അഖണ്ഡതയും കാത്തുസൂക്ഷിക്കാനുള്ളതാണ്. ന്യൂനപക്ഷങ്ങളുടെ അസ്തിത്വം നിഷേധിക്കുന്നതാണ് ഈ നിയമം.

അയൽരാജ്യങ്ങളിൽ പീഡിപ്പിക്കപ്പെടുന്ന ജനവിഭാഗങ്ങളെ സംരക്ഷിക്കാനാണ് ഈ നിയമം എന്നു പറയുന്നു. എന്നാൽ, എല്ലാ അയൽരാജ്യങ്ങളെയും പൗരത്വ ഭേദഗതി നിയമത്തിലോ ചട്ടത്തിലോ പരാമ

ർശിച്ചിട്ടില്ല. ഇന്ത്യൻ വംശജരുള്ള അയൽ രാജ്യങ്ങളെ പോലും ഒഴിവാക്കിയിരിക്കുന്നു. അതേസമയം തന്നെ പരാമർശിച്ചിട്ടുള്ളവയിൽ നിന്നും ഇസ്ലാം മതവിശ്വാസികൾക്കു മാത്രം പൗരത്വം നിഷേധിക്കുകയുമാണ്. മതാടിസ്ഥാനത്തിൽ ഇന്ത്യൻ പൗരത്വത്തെ നിർവ്വചിക്കുകയാണെന്നും ഇതിന് രാഷ്ട്രീയ ഉദ്ദേശ്യം മാത്രമാണുള്ളതെന്നും വ്യക്തം.

ഭരണഘടനയുടെ ആമുഖത്തിലെ മതനിരപേക്ഷത എന്ന കാഴ്ചപ്പാടിനെ നിഷേധിക്കുകയാണ് ഈ നിയമവും അതിന്റെ ചട്ടങ്ങളും. രാജ്യത്തെ എല്ലാ ജനങ്ങൾക്കും, പൗരന്മാർക്കു മാത്രമല്ല, ഇന്ത്യാ രാജ്യത്തുള്ള എല്ലാവർക്കും, തുല്യത ഉറപ്പുവരുത്തുന്ന ഭരണഘടനയിലെ 14-ാം അനുച്ഛേദത്തിന്റെ ലംഘനമാണിത്. രാജ്യത്തിന്റെ ജനാധിപത്യ-മതനിരപേക്ഷ പാരമ്പര്യങ്ങളോടും മാനവികതയോടും ഉള്ള തുറന്ന വെല്ലുവിളിയുമാണ്.

പൗരത്വത്തിന്റെ അടിസ്ഥാനം മതമായിത്തീരുമ്പോഴാണ് രാജ്യം മതരാഷ്ട്രമായിത്തീരുന്നത്. മതവിശ്വാസികൾക്കും വിശ്വാസം ഇല്ലാത്തവർക്കും എല്ലാം പൗരത്വം നൽകുമ്പോഴാണ് രാജ്യം മതേതര രാഷ്ട്രമാകുന്നത്. മതനിരപേക്ഷത സംരക്ഷിക്കണമെങ്കിൽ മതത്തിന്റെ പേരിൽ പൗരത്വം നിശ്ചയിക്കുന്നത് അനുവദിക്കാനാവില്ല. മതേതര രാജ്യങ്ങളിലെ ജനങ്ങളുടെ ജീവിതാവസ്ഥയാണ് ലോകത്തേറ്റവും ഉയർന്നു നിൽക്കുന്നത് എന്ന വസ്തുതയും നമ്മുടെ മുന്നിലുണ്ട്.

ദേശീയ പൗരത്വ രജിസ്റ്റർ

അനധികൃത കുടിയേറ്റക്കാരെ കണ്ടെത്തുന്നതിന് പൗരത്വ രജിസ്റ്റർ വേണമെന്ന് 2003 ലെ പൗരത്വ നിയമ ഭേദഗതിയിലാണ് വ്യവസ്ഥ ചെയ്തത്. രാജ്യത്തെ മുഴുവൻ പൗരന്മാരുടേയും വിവരങ്ങൾ രേഖപ്പെടുത്താനുള്ള രജിസ്റ്ററാണിത്. രേഖകൾ പരിശോധിച്ച് പൗരത്വം ഉറപ്പുവരുത്തുകയോ പൗരത്വത്തിൽ നിന്ന് ഒഴിവാക്കുകയോ ചെയ്യുന്നതാണ് ദേശീയ പൗരത്വ രജിസ്റ്ററിലൂടെയുള്ള നടപടി.

ദേശീയ പൗരത്വ നിയമത്തിന്റെ 14 എ വകുപ്പ് അടിസ്ഥാനമാക്കിയാണ് തീരുമാനം. സർക്കാർ നിശ്ചയിക്കുന്ന തീയതി മാനദണ്ഡമാക്കിയാണ് പൗരത്വം അനുവദിക്കുക. നിയമപ്രകാരം എല്ലാ പൗരന്മാരേയും നിർബന്ധപൂർവ്വം രജിസ്റ്റർ ചെയ്യിപ്പിച്ച് ദേശീയ തിരിച്ചറിയൽ കാർഡ് നൽകാൻ സർക്കാരിന് അധികാരമുണ്ട്. ഇതുവഴി പൗരരേയും പൗരരല്ലാത്തവരേയും തിരിച്ചറിയാനാവും.

ആസ്സാമിൽ ദേശീയ പൗരത്വ രജിസ്റ്റർ തയ്യാറാക്കാൻ പരിഗണിച്ചത് ബംഗ്ലാദേശ് രൂപീകരണം നടന്ന 1971 ആണ്. സർക്കാർ നിശ്ചയിച്ച തീയതിക്കുശേഷം ജനിച്ചവർ അവരുടെ അച്ഛൻ/മുത്തച്ഛൻ/നേർബന്ധമുള്ളവർ ഈ തീയതിക്കുമുൻപ് ഇന്ത്യയിൽ ഉണ്ടായിരുന്നുവെന്ന് തെളിയിക്കുന്ന രേഖകൾ ഹാജരാക്കണം.

ആസ്സാം മാതൃകയിൽ ദേശീയ പൗരത്വ രജിസ്റ്റർ ഇന്ത്യയുടെ എല്ലാ ഭാഗങ്ങളിലും നടപ്പിലാക്കുന്നതിന്റെ ആദ്യ ചുവടായി വേണം ദേശീയ ജനസംഖ്യ രജിസ്റ്റർ തയ്യാറാക്കലിനെ കണക്കാക്കാൻ. ഇന്ത്യയിൽ ജീവിച്ചിരിക്കുന്ന ഓരോരുത്തരും പൗരത്വം തെളിയിക്കാൻ ബാധ്യതപ്പെട്ട

വരായി മാറുകയാണ്. പൗരത്വം തെളിയിക്കപ്പെടുന്നതുവരെ താൽക്കാലിക പൗരത്വം മാത്രമേ ഇപ്പോൾ ഇന്ത്യയിൽ ജീവിക്കുന്നവർക്കുള്ളൂ.

പൗരത്വം തെളിയിക്കൽ വലിയ വെല്ലുവിളിയാകുമെന്നാണ് ആസ്സാമിന്റെ അനുഭവം സൂചിപ്പിക്കുന്നത്. സമുദായ ഭേദമെന്യേ വിദ്യാഭ്യാസമില്ലാത്ത ദരിദ്രരുടെ പക്കൽ രേഖകൾ ഉണ്ടാകില്ല. ഇന്ത്യക്കാരാണെന്ന് തെളിയിക്കാനുള്ള യാതൊരു രേഖയും കൈവശമില്ലാത്ത പട്ടിണിപ്പാവങ്ങളും നിരക്ഷരരുമായ ലക്ഷങ്ങൾ ജീവിക്കുന്ന നാടാണിത്. ആദിവാസി-പിന്നാക്ക-ദളിത്-തീരദേശ-ഭിന്നശേഷി-ട്രാൻസ് വ്യക്തികൾ തുടങ്ങിയവരുൾപ്പെടെയുള്ള പാർശ്വവൽക്കരിക്കപ്പെട്ടവരിൽ പലരും രേഖകളില്ലാത്തതിന്റെ പേരിൽ പൗരത്വത്തിന് പുറത്താകും. ജോലി ആവശ്യാർത്ഥവും മറ്റുമായി സ്ഥിരമായി ഒരിടത്ത് താമസിക്കാത്തവരും നാടോടികളും പൗരത്വത്തിന് പുറത്താകാനിടയുണ്ട്. പൗരത്വത്തിന്റെ മൗലിക തത്വത്തിന് എതിരായ നിലപാടാണിത്.

രേഖകളുള്ളവരുടേത് മാത്രമായി നാടും പൗരത്വവും മാറുന്നത് ഭീതിദമായ അവസ്ഥയാണ് സൃഷ്ടിക്കുക. വ്യക്തമായ രേഖകളുടെ അഭാവത്തിൽ പാർശ്വവൽക്കരിക്കപ്പെട്ടവരുടെ പൗരത്വം സംശയത്തിന്റെ നിഴലിലാവും. ഇന്ത്യയിൽ 42 ശതമാനം ജനങ്ങൾക്ക് ജനന സർട്ടിഫിക്കറ്റ് ഇല്ലായെന്നാണ് കണക്കുകൾ പറയുന്നത്. ഇവരുടെ പൗരത്വം എപ്രകാരം നിശ്ചയിക്കുമെന്നതും വ്യക്തമാക്കിയിട്ടില്ല.

പൗരത്വ നിയമം അനധികൃത കുടിയേറ്റക്കാർക്ക് പൗരത്വം നൽകാനാണ്. പൗരത്വ രജിസ്റ്റർ ആരാണ് പൗരർ എന്ന് കണ്ടെത്താനുള്ളതാണ്. രേഖകളില്ലാത്തവർ പൗരരല്ലാതായി മാറും എന്നർത്ഥം. അതുവഴി ഇന്നലെവരെ ഈ രാജ്യത്തിന്റെ ഭാഗമായിരുന്നവർ ഇന്നുമുതൽ പൗരത്വത്തിന് പുറത്താകും. പൗരത്വ നിയമം പൗരത്വത്തിനുപുറത്തുള്ളവരെ പൗരരാക്കുമ്പോൾ പൗരത്വ രജിസ്റ്റർ പൗരരായി ജീവിച്ചുവന്നവരെ പൗരത്വത്തിന് പുറത്താക്കുന്നു.

2023 ലെ പൗരത്വ ചട്ടപ്രകാരം 2020 ഏപ്രിൽ 20 മുതൽ സെപ്തംബർ വരെ ദേശീയ ജനസംഖ്യ രജിസ്റ്റർ തയ്യാറാക്കൽ പ്രവർത്തനം നടത്തുമെന്ന് ചൂണ്ടിക്കാട്ടി 2019 ജൂലൈ 31 ന് കേന്ദ്ര സർക്കാർ വിജ്ഞാപനം പുറത്തിറക്കി. ജനസംഖ്യ രജിസ്റ്റർ തയ്യാറാക്കുന്നതിന് വീടുകളിൽ കയറിയിറങ്ങി വിവരശേഖരണം നടത്തേണ്ടതുണ്ട്. പ്രാദേശിക രജിസ്റ്ററുകൾ ചേർത്ത് ഉപജില്ല രജിസ്റ്റർ, ജില്ലാ രജിസ്റ്റർ, സംസ്ഥാന രജിസ്റ്റർ എന്നിങ്ങനെ ക്രോഡീകരിച്ചാണ് ദേശീയ ജനസംഖ്യ രജിസ്റ്റർ തയ്യാറാക്കുക. 2011 ലെ സെൻസസിനോടൊപ്പം ദേശീയ ജനസംഖ്യ രജിസ്റ്ററും തയ്യാറാക്കിയിരുന്നു.

ദേശീയ പൗരത്വ രജിസ്റ്റർ രൂപീകരിക്കുന്നതിനുവേണ്ടിയുള്ള

ചോദ്യാവലിയിൽ ചില ചോദ്യങ്ങൾ കൂടി കൂട്ടിച്ചേർക്കാൻ കേന്ദ്ര സർക്കാർ തയ്യാറായിട്ടുണ്ട്. മാതാപിതാക്കളുടെ ജനനസ്ഥലം ഉൾപ്പെടെയുള്ള വിശദാംശങ്ങൾക്കു കൃത്യമായി മറുപടി നൽകാൻ കഴിഞ്ഞില്ലെങ്കിൽ നമ്മുടെ പൗരത്വം സംശയത്തിന്റെ നിഴലിലാവും. ആധാർ സംബന്ധിച്ച വിവരങ്ങൾ യൂണിക് ഐഡന്റിഫിക്കേഷൻ അതോറിറ്റി ഓഫ് ഇന്ത്യയുടെ സ്ഥിരീകരണത്തിനുശേഷം മാത്രമേ അംഗീകരിക്കപ്പെടൂ. വ്യക്തിയുടെ ബയോമെട്രിക്സ് വിവരങ്ങളുമായി ഒത്തുനോക്കിയാണ് ഈ സ്ഥിരീകരണം നടത്തുക. ഇത്തരം രേഖകൾ ഹാജരാക്കാൻ കഴിയാത്തവരുടെ പൗരത്വം നിഷേധിക്കപ്പെടുകയും ചെയ്യും. ദേശീയ ജനസംഖ്യ രജിസ്റ്റർ തയ്യാറാക്കൽ ദേശീയ പൗരത്വ രജിസ്റ്റർ തയ്യാറാക്കുന്നതിനുമുന്നോടിയായുള്ള പ്രക്രിയയാണ്.

ചുരുക്കിപ്പറഞ്ഞാൽ അഭയാർത്ഥികളെ മാത്രമല്ല ഇത് ബാധിക്കുന്നത് എന്നർത്ഥം. അതിന്റെ വ്യക്തമായ ചിത്രം ആസ്സാമിൽ ദേശീയ പൗരത്വ രജിസ്റ്റർ നടപ്പാക്കിയപ്പോൾ നമ്മൾ കണ്ടതാണ്. 19 ലക്ഷത്തോളം ആളുകളാണ് പൗരത്വ രജിസ്റ്ററിൽ നിന്നു പുറത്തായത്. ഇവരിൽ മുസ്ലീം സമുദായത്തിൽ നിന്നുള്ളവർ മാത്രമല്ല ഉൾപ്പെട്ടിരുന്നത്. 'Government of India has approved a scheme of National Population Register (NPR) in the country by collecting specific information of all usual residents. NPR is the first step towards creation of the National Register of Indian Citizen' എന്ന് കേന്ദ്ര

ആഭ്യന്തര വകുപ്പിന്റെ വാർഷിക റിപ്പോർട്ടിന്റെ പതിനഞ്ചാം അധ്യായത്തിൽ വ്യക്തമാക്കിയിട്ടുണ്ട്. പൗരത്വ രജിസ്റ്ററും ജനസംഖ്യാ രജിസ്റ്ററും തമ്മിൽ ബന്ധമില്ലെന്നാണ് പ്രധാനമന്ത്രി ഉൾപ്പെടെയുള്ളവർ പൗരത്വ ഭേദഗതി നിയമത്തിനെതിരായ സമരകാലത്ത് പറഞ്ഞത്.

ആസ്സാമിൽ ദേശീയ രജിസ്റ്റർ നടപ്പാക്കിയപ്പോൾ പുറന്തള്ളപ്പെട്ടവരിൽ മൂന്നിൽ രണ്ടു ഭാഗവും സ്ത്രീകളായിരുന്നു. കാർഗിൽ യുദ്ധത്തിൽ പങ്കെടുത്ത് ഇന്ത്യൻ പ്രസിഡന്റിന്റെ ബഹുമതിക്ക് അർഹനായ മുഹമ്മദ് സനാവുള്ള എന്ന സൈനികൻ പൗരത്വം നിഷേധിക്കപ്പെട്ട് ഡിറ്റെൻഷൻ ക്യാമ്പിലെത്തിയ വാർത്ത മാധ്യമങ്ങൾ പ്രസിദ്ധീകരിച്ചിട്ടുണ്ട്. ഇന്ത്യയുടെ മുൻരാഷ്ട്രപതി ഫക്രുദ്ദീൻ അലി അഹമ്മദിന്റെയും ഒന്നാം സ്വാതന്ത്ര്യ സമരത്തിൽ പങ്കെടുത്ത സാദ്ദുദ്ദീൻ അഹമ്മദിന്റെയും പിൻമുറക്കാർ ദേശീയ പൗരത്വ രജിസ്റ്ററിൽ നിന്ന് പുറത്താക്കപ്പെട്ടു. ഇന്ത്യൻ സൈന്യത്തിന്റെ ഭാഗമായിരുന്ന ഒരാൾ എങ്ങനെയാണ് ഇന്ത്യൻ പൗരനല്ലാതായിത്തീർന്നത്? രാജ്യത്തിന്റെ സ്വാതന്ത്ര്യത്തിന് വേണ്ടി പടവെട്ടിയവരുടേയും ഭരണാധികാരിയെന്ന നിലയിൽ രാജ്യത്തെ നയിച്ചവരുടേയും പിന്മുറക്കാർ എങ്ങനെയാണ് പൗരത്വത്തിന് പുറത്താകുന്നത്? ഈ ഭയം ഓരോ ഇന്ത്യൻ പൗരനെയും പിടികൂടുന്നുണ്ട്.

കോടിക്കണക്കിന് മനുഷ്യർ ആവശ്യമായ രേഖകളില്ലാത്തതിനാൽ ഇന്ത്യൻ പൗരർ അല്ലാതായിത്തീരും എന്നർത്ഥം. അവർ ഡിറ്റെൻഷൻ സെന്ററുകളിൽ അടയ്ക്കപ്പെടുകയോ പൗരാവകാശങ്ങളില്ലാത്ത ജനതയായി മാറുകയോ ചെയ്യും. അതായത്, പൗരത്വ നിയമഭേദഗതി ഏതെങ്കിലും ഒരു വിഭാഗത്തിന്റെ മാത്രം പ്രശ്നമായല്ല, മറിച്ച് ഈ രാജ്യത്തെയാകെ ബാധിക്കുന്ന പ്രശ്നമായാണ് കാണേണ്ടത്.

ഡിറ്റൻഷൻ സെന്റർ

രാജ്യത്താദ്യമായി തടങ്കൽപ്പാളയങ്ങൾ (ഡിറ്റൻഷൻ സെന്ററുകൾ) സ്ഥാപിച്ചത് കേരളത്തിലാണെന്ന വാദവുമായി രംഗത്തെത്തിയത് കൊല്ലം ലോക്സഭ നിയോജകമണ്ഡലത്തിൽ നിന്നുള്ള ലോക്സഭാംഗം എൻ കെ പ്രേമചന്ദ്രനാണ്. ഇതേ വാദവുമായി ബി ജെ പി സംസ്ഥാന പ്രസിഡന്റും രംഗത്തുവന്നു.

2019 ൽ ആസ്സാം, ഡൽഹി, ഗോവ, രാജസ്ഥാൻ എന്നിവിടങ്ങളിൽ തടങ്കൽപ്പാളയങ്ങൾ പ്രവർത്തിക്കുന്നതായി പാർലമെന്റ് രേഖകൾ വ്യക്തമാക്കുന്നു. കർണാടക, മഹാരാഷ്ട്ര, ബംഗാൾ എന്നിവിടങ്ങളിൽ ഡിറ്റൻഷൻ സെന്ററുകളുടെ പണി പുരോഗമിക്കുന്നതായി 2019 ൽ പാർലമെന്റ് രേഖകളിൽ രേഖപ്പെടുത്തിയിട്ടുണ്ട്.

തടങ്കൽപ്പാളയങ്ങൾ പണിയണമെന്ന സംഘപരിവാർ അജണ്ട നടപ്പിലാക്കാൻ കാര്യമായി ശ്രമിച്ചത് ഡോ. മൻമോഹൻ സിംഗിന്റെ നേതൃത്വത്തിലുള്ള രണ്ടാം യു പി എ സർക്കാരാണ്. ആഭ്യന്തര സഹമന്ത്രിയായിരുന്ന മുല്ലപ്പള്ളി രാമചന്ദ്രനാണ് ഡിറ്റൻഷൻ സെന്ററുകൾക്കുവേണ്ടി പാർലമെന്റിൽ വീറോടെ വാദിച്ചത്. ശിവസേന നേതാവ് മനോഹർ ജോഷി 2006 ൽ അവതരിപ്പിച്ച ഇല്ലീഗൽ ഇമിഗ്രന്റ്സ് (ഐഡന്റിഫിക്കേഷൻ ആൻഡ് ഡീപ്പോർട്ടേഷൻ) ബിൽ പിൻവലിച്ചത് ആസ്സാമിൽ വരാൻ പോകുന്ന ഡിറ്റൻഷൻ സെന്ററുകളെക്കുറിച്ച് മുല്ലപ്പള്ളി രാമചന്ദ്രൻ സഭയിൽ നടത്തിയ പ്രസ്താവന അംഗീകരിച്ചുകൊണ്ടാണ്. മുല്ലപ്പള്ളി രാമചന്ദ്രൻ തന്നെ മനോഹർ ജോഷിയുടെ വാദത്തെ അംഗീകരിച്ച് സഭയിൽ സംസാരിക്കുകയും ചെയ്തു.

കേന്ദ്ര സർക്കാരിനെതിരെ കാര്യമായ പ്രതിഷേധമൊന്നും നടത്താത്ത കോൺഗ്രസുകാർ ഇക്കാര്യത്തിൽ ഇടതുപക്ഷത്തെ വേട്ടയാടാനാണ് ശ്രമിക്കുന്നത്. ബി ജെ പി അതേറ്റുപിടിക്കുകയും ചെയ്യുന്നു. പൗരത്വ ഭേദഗതി നിയമത്തിനെതിരെ ശക്തമായ നിലപാട് സ്വീകരിച്ച ഇടതുപക്ഷ ജനാധിപത്യ മുന്നണി സർക്കാരിനെതിരെ തടങ്കൽപ്പാളയങ്ങൾ ഉണ്ടാക്കിയെന്ന ഇല്ലാക്കഥ പ്രചരിപ്പിക്കുകയാണ്.

എല്ലാ സംസ്ഥാനങ്ങളിലും ഡിറ്റൻഷൻ സെന്ററുകൾ സ്ഥാപിക്കണമെന്ന് കാണിച്ച് 2012 ആഗസ്റ്റ് മാസത്തിലാണ് കേന്ദ്ര സർക്കാർ സംസ്ഥാന ആഭ്യന്തര സെക്രട്ടറിമാർക്ക് കത്തയച്ചത്. ഡിറ്റൻഷൻ സെന്ററുകൾക്കായുള്ള പ്രൊപ്പോസൽ സമർപ്പിക്കണമെന്നായിരുന്നു ഡോ. മൻമോഹൻ സിംഗ് സർക്കാർ നൽകിയ കത്തിന്റെ ഉള്ളടക്കം.

കത്തിന്റെ അടിസ്ഥാനത്തിൽ ഉമ്മൻ ചാണ്ടി സർക്കാരിൽ ആഭ്യന്തരമന്ത്രിയായിരുന്ന രമേശ് ചെന്നിത്തല 2015 നവംബർ 4 ന് ഉന്നതോദ്യോഗസ്ഥരുടെ യോഗം വിളിച്ചുചേർത്തു. ഡി ജി പി, എ ഡി ജി പി ഇന്റലിജൻസ്, ജയിൽ വകുപ്പ് ഐ ജി മുതലായവർ പങ്കെടുത്ത ആ യോഗത്തിന്റെ തീരുമാനപ്രകാരമാണ് സംസ്ഥാനത്ത് ഡിറ്റൻഷൻ സെന്ററുകൾ ആരംഭിക്കാൻ തീരുമാനിച്ചത്. 2016 ഫെബ്രുവരി 29 ന് ഡിറ്റൻഷൻ സെന്റർ സ്ഥാപിക്കാനുള്ള ശിപാർശ സമർപ്പിക്കാൻ സാമൂഹ്യനീതി വകുപ്പ് ഡയറക്ടറെ ചുമതലപ്പെടുത്തി.

അനധികൃതമായി രാജ്യത്ത് പ്രവേശിക്കുന്ന വിദേശികൾ, പാസ്പോർട്ട്/വിസ കാലാവധിക്കുശേഷം രാജ്യത്ത് തുടരുന്നവർ, ശിക്ഷാകാലാവധി കഴിഞ്ഞോ പരോളിലോ ജയിൽമോചിതരാകുന്നവർ, മറ്റുവിധത്തിൽ സംരക്ഷണം വേണ്ടവർ മുതലായ വിദേശ പൗരന്മാരെ താൽക്കാലികമായി താമസിപ്പിക്കുന്നതിന് ട്രാൻസിറ്റ് ഹോമുകൾ ആരംഭിക്കണമെന്ന് ഹൈക്കോടതി ഇടക്കാല ഉത്തരവുകൾ പുറപ്പെടുവിച്ചിട്ടുണ്ട്. 2020 ൽ ഹൈക്കോടതി പുറപ്പെടുവിച്ച വിധിന്യായത്തിലെ നിർദ്ദേശപ്രകാരം 2021 മെയ് 13 മുതൽ തൃശ്ശൂർ ജില്ലയിലെ പൂങ്കുന്നത്ത് വാടക കെട്ടിടത്തിൽ ട്രാൻസിറ്റ് ഹോം ആരംഭിച്ചു. ഹൈക്കോടതി വിധികളിലെ നിർദ്ദേശങ്ങളനുസരിച്ചാണ് കൊട്ടിയത്ത് സാമൂഹ്യനീതി വകുപ്പ് ട്രാൻസിറ്റ് ഹോം സ്ഥാപിച്ചത്.

കൊല്ലം കൊട്ടിയത്ത് പ്രവർത്തിച്ചുവരുന്ന ട്രാൻസിറ്റ് ഹോം ഹൈക്കോടതി നിർദ്ദേശപ്രകാരം സ്ഥാപിച്ചതാണ്. ഇത് ഡിറ്റൻഷൻ സെന്ററല്ല. നൈജീരിയൻ സ്വദേശികളായ രണ്ടുപേർ ഫയൽ ചെയ്ത കേസിൽ ഹൈക്കോടതിയുടെ വിധിയെത്തുടർന്നാണ് ഈ 'ട്രാൻസിറ്റ് ഹോം' ആരംഭിച്ചത്.

മാതൃരാജ്യത്തേക്ക് മടങ്ങുന്നതിനുള്ള നിയമനടപടികൾ പൂർത്തിക

രിക്കുന്നതുവരെ താമസിക്കാനുള്ള താൽക്കാലിക താമസസൗകര്യമാണ് ട്രാൻസിറ്റ് ഹോം. ഇത് തടങ്കൽപ്പാളയമല്ല. പുരുഷന്മാർക്കും സ്ത്രീകൾക്കും ട്രാൻസ് വ്യക്തികൾക്കും പരമാവധി ഒരു വർഷത്തേക്കോ നിയമപരമായ നടപടികൾ പൂർത്തിയാകുന്നതുവരെയോ മാത്രമാണ് ഇവിടെ താമസിക്കാനാവുക. കോടതി വിധിപ്രകാരം സ്ഥാപിച്ച സംവിധാനത്തെയാണ് രാഷ്ട്രീയ ലാഭത്തിനായി തെറ്റായി വ്യാഖ്യാനിച്ചത്.

പൗരത്വത്തിന്റെ അടിസ്ഥാനം മാറുമ്പോൾ

പാകിസ്ഥാൻ, ബംഗ്ലാദേശ്, അഫ്ഗാനിസ്ഥാൻ എന്നീ അയൽരാജ്യങ്ങളിൽ നിന്നുള്ള ഹിന്ദു, സിഖ്, ബുദ്ധിസ്റ്റ്, ജൈന, പാഴ്സി, ക്രിസ്ത്യൻ മത വിഭാഗക്കാരായ അനധികൃത കുടിയേറ്റക്കാർക്ക് ഇന്ത്യൻ പൗരത്വം ഉറപ്പാക്കുന്നതിനാണ് 2019 ലെ പൗരത്വ ഭേദഗതി നിയമം കൊണ്ടുവന്നത്. അനധികൃത കുടിയേറ്റക്കാരായ ഈ വിഭാഗങ്ങളിലുള്ളവർക്ക് സ്വാഭാവികവൽക്കരണം വഴിയുള്ള പൗരത്വത്തിനുള്ള കാലയളവ് 11 വർഷത്തിൽനിന്നും 5 ആയി കുറച്ചു. അതേസമയം പൗരത്വ ഭേദഗതി നിയമപ്രകാരമുള്ള ആനുകൂല്യം ലഭിക്കുന്നതിൽനിന്നും മുസ്ലീങ്ങളെ ഒഴിവാക്കുകയും ചെയ്തു.

അനധികൃത കുടിയേറ്റക്കാർ എന്ന സംജ്ഞ 2003 ൽ വാജ്പേയ് സർക്കാർ കൊണ്ടുവന്ന പൗരത്വ ഭേദഗതി നിയമത്തിലാണ് ആദ്യമായി പ്രയോഗിച്ചത്. അന്നും അനധികൃത കുടിയേറ്റക്കാർ നിർവചിക്കപ്പെട്ടത് മതാടിസ്ഥാനത്തിലല്ല. ഉൾച്ചേർക്കുകയെന്ന സമീപനത്തിൽ നിന്ന് വ്യത്യസ്തമായി ഒഴിവാക്കൽ സമീപനത്തിലേക്ക് പൗരത്വ നിയമത്തെ നയിച്ചത് ഈ നിയമ ഭേദഗതിയാണ്. ആരെയെല്ലാം ഉൾപ്പെടുത്താം എന്ന ക്രിയാത്മകവും സൃഷ്ടിപരവും ശുഭാപ്തിവിശ്വാസം പകരുന്നതുമായ സമീപനത്തിൽനിന്നും വിഭിന്നമായി ഒഴിവാക്കലെന്ന നിഷേധാത്മക സമീപനം ഉയർന്നുവന്നു. അപ്പോഴും മതാടിസ്ഥാനത്തിലല്ല ഒഴിവാക്കൽ നിർവചിച്ചത്.

വാജ്പേയ് സർക്കാർ കൊണ്ടുവന്ന അനധികൃത കുടിയേറ്റക്കാർ എന്ന സംജ്ഞയ്ക്ക് മതപരമായ അർത്ഥതലം കൽപ്പിച്ച് നൽകിയാണ്

മോദിസർക്കാർ2019ലെപൗരത്വഭേദഗതിനിയമംകൊണ്ടുവന്നിട്ടുള്ളത്. 2019 ലെ പൗരത്വ ഭേദഗതി നിയമത്തിലൂടെ സംഭവിച്ച സുപ്രധാന മാറ്റമാണിത്. സ്വതന്ത്ര രാജ്യമായി മാറിയനാൾ മുതൽ ഇന്ത്യ സ്വീകരിച്ചുപോന്നിരുന്ന മതനിരപേക്ഷ സംസ്കാരത്തെ അരികുവൽക്കരിച്ച് പൗരത്വത്തിന് മതം അടിസ്ഥാനമാക്കുന്ന ആശയമാണ് മുസ്ലീങ്ങളെ പൗരത്വത്തിൽ നിന്ന് മാറ്റി നിർത്തുന്നതിലൂടെ സംഭവിച്ചത്.

വിഭജനകാലത്ത് അരങ്ങേറിയ ക്രൂരതകളും അയൽ രാജ്യങ്ങളിലെ മുസ്ലീമിതര ന്യൂനപക്ഷങ്ങൾ അനുഭവിക്കേണ്ടി വന്ന/അനുഭവിക്കുന്ന ക്രൂരതകളുമാണ് ആ രാജ്യങ്ങളിൽ നിന്നുള്ള അനധികൃത കുടിയേറ്റക്കാരായ ന്യൂനപക്ഷങ്ങളെ സംരക്ഷിക്കാൻ നിയമനിർമ്മാണത്തിന് പ്രേരിപ്പിച്ചത് എന്നാണ് മോദി സർക്കാർ ഭാഷ്യം. അയൽരാജ്യങ്ങളിൽ പീഡനത്തിനിരയാകുന്ന ന്യൂനപക്ഷങ്ങളെ സംരക്ഷിക്കലാണ് പൗരത്വ നിയമഭേദഗതിയുടെ ലക്ഷ്യമെങ്കിൽ എല്ലാ അയൽരാജ്യങ്ങളും ഈ നിയമത്തിന്റെ ഭാഗമാകാഞ്ഞത് എന്തുകൊണ്ട്? എല്ലാ അയൽരാജ്യങ്ങളിലേയും എല്ലാ ന്യൂനപക്ഷ വിഭാഗങ്ങളേയും ഉൾപ്പെടുത്താത്തത് എന്തുകൊണ്ട്? ഇസ്ലാം മതത്തിലെ തന്നെ ന്യൂനപക്ഷ വിഭാഗങ്ങൾക്ക് സംരക്ഷണം ലഭിക്കാതെ പോയത് എന്തുകൊണ്ടാണ്? പാകിസ്ഥാനിലെ അഹമ്മദീയരും അഫ്ഗാനിസ്ഥാനിലെ ഹസ്സാരക്കാരും മ്യാൻമറിലെ റോഹിങ്ക്യകളും പൗരത്വത്തിന്റെ പടിക്ക് പുറത്താകുന്നത് എന്തുകൊണ്ടാണ്? റോഹിങ്ക്യൻ അഭയാർത്ഥികളെ ഇന്ത്യയിൽ നിന്ന് നാടുകടത്തണമെന്നാവശ്യപ്പെട്ട് കേന്ദ്രസർക്കാർ സുപ്രീം കോടതിയെ സമീപിച്ചത് ഈ പശ്ചാത്തലത്തിൽ പ്രത്യേകം ശ്രദ്ധിക്കേണ്ടതുണ്ട്.

വിവിധ രാജ്യങ്ങളിൽ നിന്ന് കുടിയേറിയ മുസ്ലീങ്ങൾക്ക് പൗരത്വം നിഷേധിക്കലാണ് 2019 ലെ പൗരത്വ ഭേദഗതി നിയമത്തിന്റെ ലക്ഷ്യമെന്ന് വ്യക്തം. കുടിയേറ്റക്കാരായ മുസ്ലീമിതര മതവിഭാഗങ്ങളിൽപ്പെട്ടവർക്ക് പൗരത്വം നൽകുകയും ഇസ്ലാം മതവിശ്വാസികൾക്ക് മാത്രം പൗരത്വം നിഷേധിക്കുകയും ചെയ്യുന്നത് ഭരണഘടന അനുശാസിക്കുന്ന മൂല്യങ്ങളുടെ നഗ്നമായ ലംഘനമാണ്.

പൗരത്വത്തിന്റെ അടിസ്ഥാനം മതമായി മാറുന്ന പൗരത്വ ഭേദഗതി നിയമം നടപ്പാക്കപ്പെട്ടിരിക്കുകയാണ്. മതവിശ്വാസികളേയും വിശ്വാസികളല്ലാത്തവരേയും ഒരുപോലെ ഉൾച്ചേർക്കുന്ന എന്നതാണ് ഇന്ത്യാരാജ്യത്തിന്റെ പൗരത്വത്തിന്റെ പ്രത്യേകത. രാജ്യത്തിന്റെ മതനിരപേക്ഷ സങ്കൽപ്പത്തിൽ ഊന്നിയാണ് അതിന്റെ നിലനിൽപ്പുതന്നെ. പൗരത്വത്തിന്റെ അടിസ്ഥാനം മതമാണ് എന്ന നിലയ്ക്കുള്ള ചർച്ചകൾ ആദ്യമായി ഉയർന്നുവരുന്നത് ഈയൊരു ഘട്ടത്തിലല്ല. സ്വാതന്ത്ര്യ സമരകാലഘട്ടത്തിലും ഇന്ത്യ സ്വതന്ത്രയായശേഷം ഭരണഘടനാ

അസംബ്ലിയിലും ഇതു സംബന്ധിച്ച വിശദമായ ചർച്ചകൾ നടന്നിരുന്നു. 1949 ലാണ് ഭരണഘടനാ അസംബ്ലിയിൽ ഇതു സംബന്ധിച്ച ചർച്ചകൾ നടന്നത്.

ഈ രാജ്യത്തിന്റെ അന്നത്തെ സ്ഥിതി എന്താണെന്ന് നമുക്കറിയാം. വിഭജനം ഏൽപ്പിച്ച മുറിവുകൾ ഒരുവശത്ത്. അതിന്റെ അനുബന്ധമായുണ്ടായ വർഗ്ഗീയ കലാപങ്ങളും ഭിന്നിപ്പും ചേരിതിരിവുമെല്ലാം മറ്റൊരു വശത്ത്. പി എസ് ദേശ്മുഖിനെയും ഹർമുഖ് സിംഗ് മുസ്സാഫിറിനെയും പോലുള്ളവർ പൗരത്വത്തിന് മതം അടിസ്ഥാനമാക്കണമെന്ന് വാദിക്കുകയുണ്ടായി. ഈ വാദമുഖങ്ങളെ ഭരണഘടനാ അസംബ്ലി തള്ളിക്കളഞ്ഞു.

ഭരണഘടന ഉറപ്പുനൽകുന്ന മതനിരപേക്ഷ ജീവിതത്തെയും നിർഭയമായി വിവിധ മതസ്ഥർക്ക് തങ്ങളുടെ മത വിശ്വാസത്തിലധിഷ്ഠിതമായും ആചാരാനുഷ്ഠാനങ്ങൾ പാലിച്ചും ജീവിക്കാനുള്ള സ്വാതന്ത്ര്യത്തെയും ഹനിക്കുന്നതാണ് പൗരത്വ നിയമ ഭേദഗതി.

മൗലികാവകാശത്തിന്മേലുള്ള ഈ കടന്നുകയറ്റത്തെയാണ് അന്താരാഷ്ട്ര ഏജൻസികൾ വിമർശിക്കുന്നത്. എന്താണിതിന്റെ ഫലം? അന്താരാഷ്ട്ര സമൂഹത്തിനുമുന്നിൽ ലോകത്തിലെ ഏറ്റവും വലിയ ജനാധിപത്യ രാഷ്ട്രത്തെ പരിഹാസ കഥാപാത്രമാക്കുകയാണ് ബി ജെ പി സർക്കാർ ചെയ്തത്.

പൗരത്വ
ഭേദഗതി നിയമം
അറബിക്കടലിൽ
BINDU

2024 മാർച്ച് 22
വൈകീട്ട് 7 മണി
കോഴിക്കോട്
കടപ്പുറം
അധ്യക്ഷൻ:
BINDU
BINDU

അന്താരാഷ്ട്ര തലത്തിലുള്ള പ്രതികരണങ്ങൾ

ലോകത്തൊരു രാജ്യവും അഭയാർത്ഥി കുടിയേറ്റത്തെ മതത്തിന്റെ കള്ളിയിൽപ്പെടുത്തി വേർതിരിക്കുന്ന പതിവില്ല. അതുകൊണ്ടാണ് 2019 ലെ പൗരത്വ ഭേദഗതിക്കെതിരെ അന്താരാഷ്ട്ര സമൂഹത്തിൽ നിന്ന് വിമർശനങ്ങൾ ഉയർന്നുവന്നത്. യുണൈറ്റഡ് സ്റ്റേറ്റ്സ് ഓഫ് അമേരിക്ക പോലുള്ള രാഷ്ട്രങ്ങളുടെയും ഐക്യരാഷ്ട്ര സഭയുടേയും വക്താക്കൾ, ആംനെസ്റ്റി ഇന്റർനാഷണൽ, ഹ്യൂമൻ റൈറ്റ്സ് വാച്ച് മുതലായ മനുഷ്യാവകാശ/പൗരാവകാശ സംഘടനകൾ എന്നിവർ ആശങ്ക രേഖപ്പെടുത്തിയിട്ടുണ്ട്.

യുണൈറ്റഡ് നേഷൻസ്

അന്താരാഷ്ട്ര മനുഷ്യാവകാശ ഉടമ്പടിയിൽ ഒപ്പുവെച്ച ഇന്ത്യ ആ ഉടമ്പടിക്ക് വിരുദ്ധമായാണ് ഇന്ത്യൻ സിറ്റിസൺഷിപ്പ് അമെൻമെന്റ് ആക്ട് 2019 നടപ്പിലാക്കിയത്. അടിസ്ഥാനപരമായി ഈ പൗരത്വ നിയമ ഭേദഗതി പക്ഷപാതപരവും വിവേചനപരവുമാണ്. ഇക്കാര്യം 2019 ൽത്തന്നെ ഞങ്ങൾ (യുണൈറ്റഡ് നേഷൻസ്) ചൂണ്ടിക്കാട്ടിയിരുന്നു. പൗരത്വ ഭേദഗതി ബില്ല് നടപ്പിലാക്കുന്നതിനായി ഇന്ത്യാ സർക്കാർ പുറപ്പെടുവിച്ച ചട്ടങ്ങൾ അന്താരാഷ്ട്ര മനുഷ്യാവകാശ നിയമങ്ങൾക്ക് വിരുദ്ധമാണോയെന്ന് പരിശോധിച്ചുവരികയാണ്.

അമേരിക്കൻ സ്റ്റേറ്റ് ഡിപ്പാർട്ട്മെന്റ് വക്താവ് മാത്യൂ മില്ലർ (14.03.2024)

മതസൗഹാർദവും മതസ്വാതന്ത്ര്യവും എല്ലാ വിഭാഗം മതവി

ശ്വാസികൾക്കും തുല്യമായി അനുവദിക്കുക എന്നത് ജനാധിപത്യത്തിന്റെ അടിസ്ഥാന തത്വമാണ്. പൗരത്വ ഭേദഗതി നിയമം ഈ തത്വത്തിന് അനുസൃതമായാണോ നടപ്പിലാക്കുന്നത് എന്ന് സൂക്ഷ്മമായി വിലയിരുത്തും.

ഹ്യൂമൻ റൈറ്റ്സ് വാച്ച് (15.03.2024)

(70 രാജ്യങ്ങളിൽ പ്രവർത്തിക്കുന്ന മനുഷ്യാവകാശ പ്രവർത്തകർ, മാധ്യമ പ്രവർത്തകർ, അഭിഭാഷകർ മുതലായവരുടെ കൂട്ടായ്മ)

2019 ൽ പാർലമെന്റിൽ അവതരിപ്പിച്ച പൗരത്വ ഭേദഗതി ബില്ല് ഭാരതീയ ജനതാ പാർട്ടി നയിക്കുന്ന ഇന്ത്യാ സർക്കാർ നടപ്പിലാക്കുകയാണ്. പാകിസ്ഥാൻ, അഫ്ഗാനിസ്ഥാൻ, ബംഗ്ലാദേശ് മുതലായ മുസ്ലീം ഭൂരിപക്ഷ അയൽരാജ്യങ്ങളിൽനിന്നും ഇന്ത്യയിലേക്ക് കുടിയേറിയ മുസ്ലീം ഇതര വിഭാഗങ്ങൾക്ക് പൗരത്വം ലഭ്യമാക്കും. അതേസമയം കുടിയേറ്റക്കാരായ മുസ്ലീങ്ങൾക്ക് പൗരത്വം ലഭിക്കാത്ത സ്ഥിതിയും ഉണ്ടാകും. ആസ്സാമിൽ 10 ലക്ഷത്തിലധികം ആളുകൾ പൗരത്വം ഇല്ലാത്തവരായി മാറി. അനധികൃത കുടിയേറ്റക്കാരെ കണ്ടെത്തി വേർതിരിക്കുന്നതിന് നാഷണൽ രജിസ്റ്റർ ഓഫ് സിറ്റിസൺസ് നടപ്പിലാക്കുമെന്ന് ആഭ്യന്തര വകുപ്പ് മന്ത്രി അമിത് ഷാ പ്രസ്താവിക്കുകയും ചെയ്തിട്ടുണ്ട്.

ഡൽഹിയിലും ആസ്സാമിലും പ്രതിഷേധത്തെ നേരിടുന്നതിന് വൻ പോലീസ് സന്നാഹമാണ് ഒരുക്കിയത്. ഡൽഹിയിൽ നടന്ന പൗരത്വ നിയമ ഭേദഗതി വിരുദ്ധ സമരത്തിൽ 53 പേർ കൊല്ലപ്പെട്ടു. ഇവരിൽ ഭൂരിഭാഗം പേരും മുസ്ലീങ്ങളാണ്. മതാടിസ്ഥാനത്തിലുള്ള വേർതിരിവില്ലാതെ എല്ലാ അഭയാർത്ഥികൾക്കും ഭയരഹിതമായി ജീവിക്കാനുള്ള സാഹചര്യം ഒരുക്കണം.

ആംനെസ്റ്റി ഇന്റർനാഷണൽ

മതാടിസ്ഥാനത്തിലുള്ള വിവേചനത്തിന് ഇടയാക്കുന്ന നിയമമാണ് പൗരത്വ ഭേദഗതി നിയമം. യുണൈറ്റഡ് നേഷൻസ്, അന്താരാഷ്ട്ര മനുഷ്യാവകാശ സംഘടനകൾ മുതലായവയുടെ പ്രതികരണങ്ങൾ മാനിക്കാത്ത നടപടിയാണ് പൗരത്വ ഭേദഗതി നിയമം നടപ്പാക്കൽ. ഇന്ത്യൻ ഭരണാധികാരികൾ പൗരത്വ നിയമ ഭേദഗതി ബില്ലിലെ വിവേചനപരമായ ഭാഗങ്ങൾ ഒഴിവാക്കണം. എല്ലാ വിഭാഗക്കാർക്കും സമാധാനപൂർണമായ ജീവിതം നയിക്കാൻ അവസരം ഒരുക്കണം.

സംഘപരിവാർ അജണ്ട

പൗരത്വ ഭേദഗതി നിയമം ഇന്ത്യൻ ജനതയെ വിഭജിക്കാനും രാജ്യത്താകെ വർഗ്ഗീയ വികാരം കുത്തിയിളക്കാനും അതുവഴി തിര ഞ്ഞെടുപ്പിൽ ലാഭം കൊയ്യാനുമുള്ള സംഘപരിവാറിന്റെ ശ്രമമാണ്. ഭരണഘടനയുടെ അടിസ്ഥാന തത്വങ്ങളെ കാറ്റിൽ പറത്തുകയാണ്. അതുകൊണ്ടാണ് പൗരത്വ ഭേദഗതി നിയമം നടപ്പാക്കിയപ്പോൾ ത്തന്നെ അതിനെതിരെ കേരളം സുപ്രീം കോടതിയെ സമീപിച്ചത്. പൗരത്വ ഭേദഗതി നിയമവുമായി ബന്ധപ്പെട്ട പരാതികൾ കോടതിയു ടെ പരിശോധനയിലുള്ളപ്പോൾത്തന്നെയാണ് ചട്ടങ്ങൾ വിജ്ഞാപനം ചെയ്തിരിക്കുന്നത്. സംഘപരിവാറിന്റെ ഹിന്ദുത്വ വർഗ്ഗീയ അജണ്ടയുടെ ഭാഗമായി മാത്രമേ ഇതിനെ കാണാൻ കഴിയൂ.

ന്യൂനപക്ഷങ്ങളെ രണ്ടാംതരം പൗരന്മാരായി കണക്കാക്കുന്ന നിയ മനിർമ്മാണങ്ങളും പ്രവർത്തനങ്ങളും നമ്മുടെ രാജ്യത്ത് നടക്കാൻ തുട ങ്ങിയിട്ട് ഏറെനാളുകളായി. മുസ്ലീം സമുദായത്തെ അന്യവൽക്കരിക്കുക എന്ന ലക്ഷ്യത്തോടെ ചരിത്രത്തെ വക്രീകരിക്കുന്നതിനുള്ള ശ്രമങ്ങളും ഉണ്ടാവുകയാണ്. ഇത് സംഘപരിവാറിന്റെ മൂശയിൽ നിന്നു മാത്രം ഉണ്ടായിവന്ന ഒന്നല്ല. സാമ്രാജ്യത്വം ഇന്ത്യയിൽ നേരത്തെ തന്നെ പരീ ക്ഷിച്ച, 'ഭിന്നിപ്പിച്ചു ഭരിക്കുക' എന്ന നയത്തിന്റെ തുടർച്ചയായി വേണം ഇതിനെ കാണാൻ.

1813 ൽ ബ്രിട്ടീഷ് ചരിത്രകാരനായ ജയിംസ് മില്ലാണ് ഇന്ത്യാ ചരിത്രത്തെ വർഗ്ഗീയമാക്കി ചിത്രീകരിച്ചുകൊണ്ടുള്ള വീക്ഷണം മുന്നോ ട്ടുവെക്കുന്നത്. ഇന്ത്യയുടെ ചരിത്രത്തെ ഹിന്ദുകാലഘട്ടമെന്നും ഇസ്ലാ

മിക കാലഘട്ടമെന്നും ബ്രിട്ടീഷ് കാലഘട്ടമെന്നും വേർതിരിക്കുകയുണ്ടായി. ഇതിലൂടെ ഹിന്ദു - മുസ്ലീം സംഘർഷങ്ങൾ നിറഞ്ഞ സമൂഹമാണ് നമ്മുടേതെന്ന ബോധം ഇന്ത്യാക്കാരിൽ ജനിപ്പിച്ചു. ഈ വർഗ്ഗീയ സംഘർഷങ്ങൾക്കിടയിലാണ് ബ്രിട്ടീഷുകാർ ഇന്ത്യയുടെ ഭരണം ഏറ്റെടുക്കുന്നതെന്നും ഇന്ത്യയെ മുന്നോട്ടു നയിക്കുന്നതെന്നും ചിത്രീകരിക്കുകയായിരുന്നു ഈ ചരിത്ര രചനയുടെ ലക്ഷ്യം.

അതോടൊപ്പം സാമ്രാജ്യത്വ അധിനിവേശത്തിനെതിരെ രൂപപ്പെട്ടുവരുന്ന വിശാല ഐക്യങ്ങളെ ഛിദ്രീകരിക്കുക എന്ന ലക്ഷ്യവും ഉണ്ടായിരുന്നു. ബാബ്റി മസ്ജിദ് നിലനിന്നിടത്ത് മുമ്പ് അമ്പലമുണ്ടായിരുന്നുവെന്ന് ചിത്രീകരിച്ചത് ഈ ചരിത്ര രചനയുടെ ഭാഗമായായിരുന്നു. അത്തരം വർഗ്ഗീയതയിലൂന്നിയ ചരിത്ര രചനകളെ എതിർത്ത പുരോഹിതന്മാർക്കു പോലും വധശിക്ഷ ലഭിച്ചതായി ചരിത്രം രേഖപ്പെടുത്തിയിട്ടുണ്ട്.

മുഗൾ കാലഘട്ടം ഇന്ത്യൻ സംസ്കാരത്തിനു നൽകിയ സംഭാവനകൾ വില കുറച്ചു കാണാനാവില്ല. *മഹാഭാരതം* ആദ്യമായി പേർഷ്യൻ ഭാഷയിലേക്ക് വിവർത്തനം ചെയ്തത് അക്ബർ ചക്രവർത്തിയുടെ ശ്രമഫലമായായിരുന്നു. *റസ്നാമ* എന്ന പേരിലാണ് *മഹാഭാരതം* പേർഷ്യൻ ഭാഷയിലെത്തിയത്. ഉപനിഷത്തുകൾ പേർഷ്യൻ ഭാഷയിലേക്ക് വിവർത്തനം ചെയ്തത് മുഗൾ ചക്രവർത്തിയായിരുന്ന ഷാജഹാന്റെ പുത്രൻ ദാരാ ഷിക്കോ ആയിരുന്നു. ഈ വിവർത്തനം പിന്നീട് യൂറോപ്യൻ ഭാഷകളിലേക്ക് എത്തുകയും ഷോപ്പൻ ഹോവറെയും മാക്സ് മുള്ളറേയും പോലെയുള്ളവർ വായിക്കുകയും പ്രചരിപ്പിക്കുകയും ചെയ്തു. അങ്ങനെയാണ് ഉപനിഷത്സാരം ലോകമാകെ എത്തിച്ചേർന്നത്.

മുഗൾ കാലഘട്ടത്തെ ഓർമ്മിപ്പിക്കുന്ന പല പേരുകളും മാറ്റുകയാണല്ലോ സംഘപരിവാർ. അലഹബാദിനെ പ്രയാഗ്രാജെന്നും ഫൈസാബാദ് ജില്ലയെ അയോധ്യയെന്നും മാറ്റിക്കഴിഞ്ഞു. അലീഗഢ് എന്നത് ഹരിഗഢ് എന്നാക്കി മാറ്റുമെന്നാണ് ഇപ്പോൾ പറയുന്നത്. ഇതെല്ലാം മുസ്ലീം മതവിശ്വാസവുമായി ബന്ധപ്പെട്ട പേരുകളാണ് എന്ന പ്രചാരണം സംഘപരിവാർ നടത്തുന്നുണ്ട്. യഥാർത്ഥത്തിൽ അലീഗഢിന് ആ പേര് കൊടുത്തത് മറാത്തകളാണ്. മറാത്ത ഗവർണ്ണറായിരുന്ന നജഫ് അലി ഖാന്റെ പേരാണ് ഇതിന് കാരണമായത്. ഫൈസാബാദ് നഗരം നിർമ്മിച്ചത് 18-ാം നൂറ്റാണ്ടിലാണ്. സാമ്പത്തികമായി വിജയം വരിച്ച സ്ഥലം എന്ന അർത്ഥത്തിലാണ് ഫൈസാബാദ് എന്ന പേര് നൽകപ്പെട്ടത്. ഫൈസ് എന്നാൽ ഉറുദുവിൽ 'വിജയി' എന്നർത്ഥം.

അലഹബാദ് നഗരം സ്ഥാപിച്ചത് മുഗൾ ചക്രവർത്തിയായിരുന്ന അക്ബറാണ്. അദ്ദേഹം നൽകിയ പേരാകട്ടെ, 'ഐളാബാസ് അഥവാ

ദൈവത്തിന്റെ വാസസ്ഥലം എന്നും. ഹിന്ദുക്കളുടെ പുണ്യസ്ഥലമായ ത്രിവേണി സംഗമം ഉൾപ്പെടുന്ന പ്രയാഗ് വളരെ അടുത്തായതുകൊണ്ടാണ് അദ്ദേഹം ആ പേര് നൽകിയത്. പിന്നീട് ബ്രിട്ടീഷുകാരാണ് ഇതിനെ അലഹബാദ് ആക്കി മാറ്റിയത്. ഇത്തരം ചരിത്ര സത്യങ്ങളെ തമസ്കരിച്ചുകൊണ്ട് മുസ്ലീം മതവിശ്വാസികൾ ഇന്ത്യയിലേക്കു വന്ന് ഇന്ത്യൻ സംസ്കാരത്തെ നശിപ്പിച്ചുവെന്ന വ്യാജപ്രചാരണമാണ് ബ്രിട്ടീഷുകാരും ബ്രിട്ടീഷ് സാമ്രാജ്യത്വത്തിന്റെ പാദസേവകരായ ആർ എസ് എസും നടത്തിയത്. അത്തരം പ്രചാരണങ്ങളുടെ തുടർച്ചയായാണ് മുസ്ലീങ്ങളെ നുഴഞ്ഞുകയറ്റക്കാരായി ചിത്രീകരിക്കാനും പൗരത്വം നിഷേധിച്ചുകൊണ്ടുള്ള നിയമനിർമ്മാണം നടത്താനും സംഘപരിവാർ തയ്യാറാവുന്നത്. അല്ലാതെ, ഇത് അഭയാർത്ഥി പ്രശ്നം പരിഹരിക്കുന്നതിനുള്ള നടപടിയല്ല.

പൗരത്വ ഭേദഗതി നിയമം നിലവിൽ പൗരത്വമുള്ളവരെ ബാധിക്കില്ല എന്നാണ് സംഘപരിവാർ അവകാശപ്പെടുന്നത്. എന്നാൽ കേന്ദ്ര ആഭ്യന്തര മന്ത്രി പാർലമെന്റിനകത്തും പുറത്തും പറഞ്ഞത് 'ക്രോണോളജി സംരക്ഷിയേ' എന്നാണ്. അതായത്, ക്രമം മനസ്സിലാക്കാൻ. എന്താണ് ആ ക്രമം? ആദ്യം പൗരത്വ ഭേദഗതി നിയമം വരും, പിന്നെ ദേശീയ പൗരത്വ രജിസ്റ്റർ വരും. അതാണ് ആ ക്രമം. കൃത്യമായ രേഖകൾ ഹാജരാക്കാൻ കഴിയാത്തവർക്ക് ഈ രജിസ്റ്ററുകളുടെ ഭാഗമാകണമെങ്കിൽ പൗരത്വ ഭേദഗതി നിയമത്തിലെ മാനദണ്ഡങ്ങളുടെ അടിസ്ഥാനത്തിലുള്ള പരിശോധനകൾ വേണ്ടിവരും. പിന്നെ എങ്ങ

നെയാണ് പൗരത്വ ഭേദഗതി നിയമം ഇന്ത്യക്കാരെ ബാധിക്കില്ലെന്നു പറയുന്നത്?

ഇന്ത്യൻ ഭരണഘടനയുടെ മതനിരപേക്ഷ അടിത്തറയ്ക്കേറ്റ വലിയ ആഘാതമാണ് പൗരത്വ ഭേദഗതി നിയമം. മതനിരപേക്ഷതയിലും ഫെഡറൽ തത്വങ്ങളിലും ജനാധിപത്യ മൂല്യങ്ങളിലും അധിഷ്ഠിതമായ ഒരു ഭരണഘടന നമുക്ക് കൈവന്നത് എണ്ണമറ്റ പോരാട്ടങ്ങളുടെ ഫലമായാണ്. ബ്രിട്ടീഷ് സാമ്രാജ്യത്വത്തിനും അധിനിവേശത്തിനും എതിരായ സമരങ്ങളുടെ ഒരു ധാര. ജന്മിത്വത്തിനും നാട്ടുവാഴിത്തത്തിനും എതിരായ സമരങ്ങളുടെ മറ്റൊരു ധാര. ഇവയ്ക്കു പുറമെ നവോത്ഥാന പ്രസ്ഥാനങ്ങളുടെ ഭാഗമായി ഉയർന്നുവന്ന സമരങ്ങളുടെ ധാര കൂടിയുണ്ട്.

ഇപ്പോഴത്തെ പൗരത്വ ഭേദഗതി നിയമവും അതുമായി ബന്ധപ്പെട്ട ചട്ടങ്ങളും പ്രതിഷേധം ക്ഷണിച്ചുവരുത്തിയിട്ടുള്ളത് ഭരണഘടന വിഭാവനം ചെയ്യുന്ന മതനിരപേക്ഷതയെയും വ്യക്തിയുടെ മൗലികാവകാശങ്ങളെയും അവ ചോദ്യം ചെയ്യുന്നു എന്നതുകൊണ്ടാണ്. ജാതിയുടെയും മതത്തിന്റെയും ലിംഗത്തിന്റെയും അടിസ്ഥാനത്തിലുള്ള ഒരു വേർതിരിവും ഭരണഘടന അനുവദിക്കില്ലെന്ന് സുപ്രീംകോടതി പലതവണ വ്യക്തമാക്കിയതാണ്.

പൗരത്വത്തെ സംബന്ധിച്ച് രണ്ട് പ്രധാന കാഴ്ചപ്പാടുകളാണ് അവതരിപ്പിക്കപ്പെടുന്നത്. ഒന്ന്, ജന്മസിദ്ധമായ പൗരത്വം. മറ്റൊന്ന്, വംശത്തെയും സംസ്കാരത്തെയും അടിസ്ഥാനപ്പെടുത്തിയിട്ടുള്ള പൗരത്വം. ഇതിൽ ഇന്ത്യൻ ഭരണഘടന പിന്തുടർന്നത് ജന്മസിദ്ധമായ പൗരത്വം

എന്ന ആധുനിക കാഴ്ചപ്പാടിനെയാണ്. ഭരണഘടനയുടെ ആർട്ടിക്കിൾ 5 ഇത് വ്യക്തമാക്കുന്നുണ്ട്. ഇവിടെ ജനിക്കുന്ന ഏതൊരാളും ഇന്ത്യൻ പൗരന്മാരായിരിക്കും എന്നാണ് ആർട്ടിക്കിൾ 5 (1) വ്യക്തമാക്കിയത്.

എന്നാൽ, ഇതിൽ നിന്നുള്ള വ്യതിചലനങ്ങൾ ചില ഘട്ടങ്ങളിലു ണ്ടായി. 1986 ൽ രാജീവ് ഗാന്ധി സർക്കാരും 2003 ൽ വാജ്പേയ് സർക്കാരും നടത്തിയ ഭേദഗതികൾ ഈ നിലപാടിൽ കോട്ടമുണ്ടാക്കി യിട്ടുണ്ട്. ഇതിൽ 2003 ലെ നിയമഭേദഗതിയിൽ മാതാപിതാക്കളിൽ ഒരാൾ നിയമവിരുദ്ധ കുടിയേറ്റക്കാരായിരിക്കരുത് എന്ന വ്യവസ്ഥ കൂടി ഉൾപ്പെടുത്തി. ഇന്നു നാം കാണുന്ന പൗരത്വ ഭേദഗതി നിയമത്തിന്റെ ആദ്യരൂപം എന്ന് ഇതിനെ വിളിക്കാം. അത് സംഘപരിവാറിന്റെ ബു ദ്ധിയിൽ വിരിഞ്ഞതായിരുന്നു. രണ്ടാം യു പി എ സർക്കാർ 2010 ൽ ദേശീയ ജനസംഖ്യ രജിസ്റ്ററിനുള്ള നടപടികളുമായി മുന്നോട്ടുപോയി.

പൗരത്വ നിയമം സംബന്ധിച്ച് 2019 ന് മുമ്പുണ്ടായിരുന്ന ഭേദഗതി കൾ ഭരണഘടനയുടെ അടിസ്ഥാന കാഴ്ചപ്പാടിന് അനുസൃതമായിരുന്നു. എന്നാൽ, 2019 ലെ ഭേദഗതിയാകട്ടെ ഭരണഘടനാ അസംബ്ലി അംഗീ കരിച്ച എല്ലാ നിലപാടുകളെയും തള്ളിക്കളഞ്ഞു. ഇതിന് അടിസ്ഥാന മായി സംഘപരിവാർ പറയുന്നത് ആർട്ടിക്കിൾ 11 ആണ്. പൗരത്വം സംബന്ധിച്ച നിയമങ്ങൾ പാസാക്കാൻ പാർലമെന്റിന് അധികാരമുണ്ടെ ന്നാണ് ഇതു പറയുന്നത്. എന്നാൽ, ആർട്ടിക്കിൾ 11 നെ മാത്രമായി ഭരണഘടനയിൽ നിന്നു വേർപെടുത്തി കാണാനാവില്ല. ഭരണഘടനയു ടെ അടിസ്ഥാന മൂല്യങ്ങളിൽ ഉറച്ചുനിന്നുകൊണ്ട് മാത്രമേ പാർലമെന്റിന് ഏതൊരു നിയമവും പാസാക്കാൻ കഴിയുകയുള്ളൂ. കേശവാനന്ദ ഭാരതി കേസിലടക്കം സുപ്രീം കോടതി അടിവരയിട്ടു പറഞ്ഞതാണിത്.

ഒരുകാലത്ത് ചേരിചേരാ പ്രസ്ഥാനത്തിന്റെയും മതനിരപേക്ഷ രാജ്യങ്ങളുടെയും നേതൃസ്ഥാനത്താണ് ഇന്ത്യ ഉണ്ടായിരുന്നത്. എന്നാ ലിന്ന് മതരാഷ്ട്രങ്ങളുടെ പട്ടികയിലേക്കാണ് ഇന്ത്യ കൂപ്പുകുത്തുന്നത്. ഇത് മതനിരപേക്ഷ ജനാധിപത്യ റിപ്പബ്ലിക് എന്ന ഇന്ത്യയുടെ വ്യക്തി ത്വത്തിനു തന്നെ കളങ്കമേൽപ്പിക്കുകയാണ്. മതരാഷ്ട്രങ്ങളിലുൾപ്പെടെ പ്രവാസികളായി ജീവിക്കുന്ന ഇന്ത്യാക്കാരുടെ അവകാശങ്ങൾ സംര ക്ഷിക്കുന്നതിനും അവർക്ക് തുല്യത ഉറപ്പുവരുത്തുന്നതിനും വേണ്ടി നട ത്തപ്പെടുന്ന പ്രവർത്തനങ്ങളെ ഇത് പ്രതികൂലമായി ബാധിക്കുകയും ചെയ്യും.

1925 ലാണ് ആർ എസ് എസ് സ്ഥാപിതമായത്. ആർ എസ് എസ് സ്ഥാപിതമായതിന്റെ ശതാബ്ദിയോടനുബന്ധിച്ച്, അതായത് അടുത്ത വർഷത്തിനകം, ഇന്ത്യയെ ഹിന്ദുരാഷ്ട്രമായി പ്രഖ്യാപിക്കുക എന്നത് അവരുടെ ലക്ഷ്യമാണ്. അതുകൊണ്ടാണ് പൗരത്വ ഭേദഗതി

നിയമം സംഘപരിവാർ അജണ്ടയുടെ ഭാഗമാണ് എന്ന പറയുന്നത്.

ഇന്ത്യയുടെ ആഭ്യന്തര ശത്രുക്കൾ ആരൊക്കെയാണ് എന്ന് വ്യക്തമായി പറഞ്ഞവരാണ് ആർ എസ് എസുകാർ. മുസ്ലീങ്ങളും ക്രിസ്ത്യാനികളും കമ്യൂണിസ്റ്റുകാരുമാണ് ഈ രാജ്യത്തിന്റെ ആഭ്യന്തര ശത്രുക്കളെന്ന് ആർ എസ് എസ് വ്യക്തമാക്കിയിട്ടുണ്ട്. ബ്രിട്ടീഷുകാർ അവരെ സംബന്ധിച്ച് ശത്രുക്കളേ ആയിരുന്നില്ല.

'രാഷ്ട്രീയത്തെ ഹിന്ദുത്വവൽക്കരിക്കുക' എന്ന സവർക്കറുടെ വാക്കുകളെക്കൂടി കൂട്ടിവായിച്ചാൽ മനസ്സിലാകും പൗരത്വ നിയമത്തിന്റെ യഥാർത്ഥ ലക്ഷ്യം എന്താണെന്ന്. അത് അഭയാർത്ഥികളെ പുനരധിവസിപ്പിക്കാനോ പീഡനം നേരിടുന്നവരെ സംരക്ഷിക്കാനോ വേണ്ടിയുള്ളതല്ല. മറിച്ച്, ന്യൂനപക്ഷങ്ങളെ, പ്രത്യേകിച്ച് മുസ്ലീങ്ങളെ ഉന്മൂലനം ചെയ്യുന്നതിനുള്ള ചുവടുവെയ്പ്പ് തന്നെയാണ്.

ലോകത്തെ ഏറ്റവും വലിയ ഫാസിസ്റ്റുകളായി വിലയിരുത്തപ്പെടുന്നവരാണ് ഹിറ്റ്ലറും മുസ്സോളിനിയും. ഇവർ മുന്നോട്ടുവച്ച വംശീയ ഉന്മൂലനം എന്ന ആശയത്തിന്റെ അടിത്തറയിലാണ് ആർ എസ് എസ് നിലനിൽക്കുന്നത്. ലോകംതന്നെ തള്ളിക്കളഞ്ഞ, ഭയത്തോടെ മാത്രം ഓർത്തെടുക്കുന്ന ഈ മനുഷ്യത്വവിരുദ്ധ സിദ്ധാന്തങ്ങളുടെ പ്രചാരകരായി നിലകൊള്ളാൻ ആർ എസ് എസിനെപ്പോലെ മനുഷ്യത്വഹീനമായി പ്രവർത്തിക്കുന്ന ഒരു സംഘടനയ്ക്കു മാത്രമേ കഴിയുകയുള്ളൂ.

'ജർമ്മനിയുടെ വംശാഭിമാനം നാം ചിന്തിക്കേണ്ട ഒന്നാണ്. വ്യത്യാസ്തങ്ങളുള്ള വംശങ്ങൾ ഒന്നായിത്തീരുക അസാധ്യമാണെന്ന് ജർമ്മനി നമുക്ക് കാണിച്ചുതന്നു. ഹിന്ദുസ്ഥാനുവേണ്ടി നമുക്ക് പഠിക്കാനും നേട്ടമുണ്ടാക്കാനും പറ്റിയ നല്ലൊരു പാഠമാണിത്' എന്നാണ് ദേശീയതയെ നിർവചിച്ചുകൊണ്ട് ആർ എസ് എസ് സ്ഥാപകനായ ഗോൾവാൾക്കർ എഴുതിയത്. വംശീയ ഉന്മൂലനം എന്നത് ആർ എസ് എസിന്റെ അടിസ്ഥാന സിദ്ധാന്തമാണെന്ന് ഇതിൽനിന്നും മനസ്സിലാക്കാം.

ലോകമാകെ ഇന്ത്യയുടെ പൗരത്വ ഭേദഗതി നിയമത്തെ സംശയത്തോടെയാണ് നോക്കിക്കാണുന്നത്. അമേരിക്കയെ പ്രീതിപ്പെടുത്തുക എന്നതാണ് ബി ജെ പി സർക്കാരിന്റെ ഏറ്റവും പ്രധാനപ്പെട്ട നയതന്ത്ര അജണ്ട. പലസ്തീനിനെ ആക്രമിക്കുന്ന ഇസ്രയേലിനെതിരെ ഒരക്ഷരം പോലും മിണ്ടാതെ തങ്ങൾ ഇസ്രയേലിനോടൊപ്പമാണെന്ന് ഇന്ത്യൻ പ്രധാനമന്ത്രി പറയുന്ന നിലയിലേക്കു വരെ ചെന്നെത്തിയിരിക്കുന്നു ഈ അമേരിക്കൻ പ്രീണനം. ആ അമേരിക്കയ്ക്കു പോലും ഇന്ത്യയുടെ പൗരത്വ ഭേദഗതി നിയമത്തിനെതിരെ നിലപാട് എടുക്കേണ്ടിവരുന്നു എന്നുണ്ടെങ്കിൽ ആ നിയമം എത്രത്തോളം ദുരുപദിഷ്ടമായിരിക്കുമെന്ന് ഊഹിക്കാവുന്നതേയുള്ളൂ.

മതനിരപേക്ഷതയ്ക്ക് അടിവരയിടുന്നതാണ ഭരണഘടന. എന്തു കൊണ്ടാണത്? മതത്തിന്റെ അടിസ്ഥാനത്തിൽ ജനങ്ങളെ ശത്രുചേരിക ളിലാക്കാനും പരസ്പരം കൊല്ലിക്കാനും ഇവിടെ സാമ്രാജ്യത്വം നടത്തിയ ശ്രമങ്ങളെക്കുറിച്ച് ആശങ്ക കലർന്ന ജാഗ്രതയുള്ളതുകൊണ്ട്. ജനങ്ങ ളുടെ ഐക്യം, ഒരുമ തകർക്കാൻ സാമ്രാജ്യത്വം ഉപയോഗിച്ചത് ഏത് ആയുധമാണ്? വർഗ്ഗീയതയെന്ന ആയുധം. ആ ആയുധത്തിന്റെ മുനയൊ ടിക്കാനാണ് ഭരണഘടന മതനിരപേക്ഷതയ്ക്ക് ഊന്നൽ നൽകിയത്. അതിൽ വിട്ടുവീഴ്ച പാടില്ല എന്നു പ്രഖ്യാപിച്ചത്.

എന്നാൽ, എന്തൊരു വൈപരീത്യമാണിത്? സ്വാതന്ത്ര്യത്തി ന് എഴുപത്തഞ്ചു വയസ്സുകഴിഞ്ഞ ഘട്ടത്തിൽ പണ്ടു സാമ്രാജ്യത്വം പ്ര യോഗിച്ച അതേ ആയുധം 'വർഗ്ഗീയത കൊണ്ടു ഭിന്നിപ്പിക്കുക' എന്ന തന്ത്രം ആഭ്യന്തരമായി ഇന്നത്തെ അധികാരികൾ എടുത്തുപയോഗി ക്കുന്നു. സാമ്രാജ്യത്വവിരുദ്ധ പോരാട്ടഘട്ടങ്ങളിൽ സാമ്രാജ്യത്വവുമായി സന്ധി ചെയ്തവർ, ദേശീയ സ്വാതന്ത്ര്യ പ്രക്ഷോഭത്തിൽ ഒരു പങ്കും വഹിക്കാതിരുന്നവർ, പണ്ടു പുറത്തുനിന്നുള്ളവർ ഉപയോഗിച്ച ആയുധം ഇന്ന് അകത്തുനിന്നുതന്നെ പ്രയോഗിക്കുന്നു.

ഈ 75 വർഷംകൊണ്ട് ലോകം എത്രമാത്രം പുരോഗമിച്ചു. വംശീയത എന്ന സങ്കൽപ്പത്തെ തള്ളിക്കളയുന്ന ഒരു മഹാഭൂരിപക്ഷം രൂപപ്പെട്ടു. അപ്പാർത്തൈഡ് പോലെയുള്ള വിവേചനങ്ങൾക്കെതിരെ ലോകമാകെ പ്രതിഷേധങ്ങൾ ഉയർന്നു. എന്നിട്ടും ഇന്ത്യയിലെ സംഘ പരിവാറുകാർക്ക് ഇപ്പോഴും നേരം വെളുത്തിട്ടില്ല. അതുകൊണ്ടാണല്ലോ മനുസ്മൃതി ഭരണഘടനയാകുന്ന പ്രാകൃത കാലത്തേക്ക് ഇന്ത്യയെ നയി ക്കാൻ അവർ ശ്രമിക്കുന്നത്.

#RejectCAA
RejectCAA
#RejectCAA
#RejectCAA
RejectCAA
#RejectCAA

പ്രതിരോധത്തിന്റെ കേരളീയ മാതൃക

എല്ലാവരെയും ഉൾക്കൊള്ളുന്ന പാരമ്പര്യമാണ് ഇന്ത്യക്കുണ്ടായിരുന്നത്. വിവിധ മതവിഭാഗങ്ങൾക്ക് ഭയരഹിതമായി ജീവിക്കാനുള്ള അവസരമൊരുങ്ങിയത് അങ്ങനെയാണ്. ഇന്ത്യയുടെ മുഖമുദ്രയായി കണക്കാക്കപ്പെടുന്ന മുദ്രാവാക്യമാണ് നാനാത്വത്തിൽ ഏകത്വം. ഉൾച്ചേരലിന്റെയും ബഹുസ്വരതയുടെയും വിളംബരത്തെയാണ് ഇത് പ്രതിഫലിപ്പിക്കുന്നത്. ആ പാരമ്പര്യത്തെയാണ് വിവേചനപൂർണമായ പൗരത്വ നിയമ ഭേദഗതിയിലൂടെ കാറ്റിൽപ്പറത്തിയത്.

ഭരണഘടന ഉറപ്പുനൽകുന്ന മതനിരപേക്ഷ ജീവിതത്തിന്മേലുള്ള കടന്നുകയറ്റമാണ് 2019 ലെ പൗരത്വ ഭേദഗതി നിയമമെന്ന് തിരിച്ചറിഞ്ഞയുടൻ പ്രതികരിച്ച സംസ്ഥാനമാണ് കേരളം. ഈ നിയമ ഭേദഗതിക്കെതിരെ ആദ്യമായി പ്രതികരിച്ച ഇന്ത്യൻ സംസ്ഥാനവും കേരളമാണ്.

ഏകപക്ഷീയമായ പ്രതികരണത്തിനപ്പുറം മതനിരപേക്ഷത എന്ന ആശയത്തോട് യോജിക്കുന്ന എല്ലാവരേയും ചേർത്തുനിർത്തിയാണ് സംസ്ഥാന സർക്കാർ പൗരത്വ ഭേദഗതി നിയമത്തിനെതിരായുള്ള പ്രതിഷേധം രേഖപ്പെടുത്തിയത്. ഭരണഘടനാ വിരുദ്ധമായ ഈ നിയമം നടപ്പിലാക്കില്ലെന്ന് നിയമ ഭേദഗതി കൊണ്ടുവന്ന ഘട്ടത്തിൽത്തന്നെ കേരളം വ്യക്തമാക്കി.

ഭരണഘടനാവിരുദ്ധമായ പൗരത്വ ഭേദഗതി നിയമം പിൻവലിക്കുക, ഭരണഘടനാമൂല്യം സംരക്ഷിക്കുക എന്നീ മുദ്രാവാക്യങ്ങൾ ഉയർത്തി, കൂട്ടായ പ്രക്ഷോഭത്തിന് കേരളം നേതൃത്വം നൽകി. 2019

ഡിസംബർ 16 ന് തിരുവനന്തപുരത്തെ രക്തസാക്ഷി മണ്ഡപത്തിനു മുന്നിൽ മുഖ്യമന്ത്രിയും പ്രതിപക്ഷ നേതാവും മന്ത്രിമാരും കക്ഷി നേതാക്കളും സത്യഗ്രഹ സമരം നടത്തി.

പൗരത്വ ഭേദഗതി നിയമത്തിനെതിരെ സംഘടിപ്പിച്ച സർവ്വകക്ഷി സത്യഗ്രഹത്തിൽ നടത്തിയ പ്രസംഗം:

രാജ്യത്ത് പൗരത്വ നിയമം 2019 ഡിസംബർ 9 ന് ലോക്സഭയും 11 ന് രാജ്യസഭയും പാസാക്കിയിരിക്കുകയാണ്. ഇതിനെതിരായി രാജ്യത്തെമ്പാടും പ്രതിഷേധത്തിന്റെ അലമാലകൾ ഉയർന്നുകൊണ്ടിരിക്കുകയാണ്. ആ പ്രതിഷേധത്തിൽ കേരളം ഒറ്റക്കെട്ടായി അണിനിരക്കുന്നുവെന്ന സന്ദേശം ലോകത്തിനു മുമ്പാകെ അറിയിക്കുന്നതിനാണ് ഈ കൂട്ടായ്മ സംഘടിപ്പിച്ചിട്ടുള്ളത്. ലോകത്തിന്റെ വിവിധ ഭാഗങ്ങളിൽ തൊഴിൽ ചെയ്ത് ഈ മണ്ണിനെ പോറ്റിവളർത്തുന്ന പ്രവാസികളായ മലയാളികൾക്ക് സുരക്ഷയും സ്വാതന്ത്ര്യവും ഉറപ്പുവരുത്തുന്നതിനുതകുന്ന നിലപാടാണ് കേരളത്തിന്റേത് എന്ന പ്രഖ്യാപനം കൂടിയാണ് ഈ കൂടിച്ചേരൽ.

ഇന്ത്യാ രാജ്യം ഉയർത്തിപ്പിടിച്ച മഹത്തായ മതനിരപേക്ഷ പാരമ്പര്യത്തിന് പിന്നിലാണ് കേരളം എന്ന് പ്രഖ്യാപിക്കുകയാണ് നാം ഇവിടെ. നൂറ്റാണ്ടുകളോളം നീണ്ടുനിൽക്കുന്ന ചരിത്രപരമായ പ്രക്രിയയിലൂടെ വികസിച്ചുവന്നതാണ് നമ്മുടെ രാജ്യം. 2500 വർഷങ്ങൾക്ക് മുമ്പ് രാജ്യത്തെ സംബന്ധിച്ച അവ്യക്തമായ ധാരണയേ നമ്മുടെ പൂർവ്വികർക്ക് ഉണ്ടായിരുന്നുള്ളൂ. എന്നാൽ ചരിത്രത്തിന്റെ വികാസത്തിന്റെ ഭാഗമായി രാഷ്ട്രം എന്ന സങ്കൽപ്പവും വികസിച്ച് വരികയാണ് ഉണ്ടായത്. മതങ്ങളുടെയും ഭാഷകളുടെയും വൈവിധ്യങ്ങൾക്കിടയിലും തങ്ങൾക്ക് പൊതുവായ സാംസ്കാരിക സവിശേഷതകൾ ഉണ്ടെന്ന തിരിച്ചറിവിൽ നിന്നാണ് ആധുനിക ഇന്ത്യ രൂപപ്പെടുന്നത്. അതായത് ജനങ്ങൾ സൃഷ്ടിച്ചതാണ് ഇന്ത്യ എന്ന രാജ്യ സങ്കൽപ്പം എന്നർത്ഥം. നാം ഒന്നാണെന്ന ബോധം കൂടിയാണത്.

ഇത്തരം കാഴ്ചപ്പാടുകൾ വളർന്നുവന്നത് വിവിധ സംസ്കാരങ്ങളുടെ സംഗമത്തിലൂടെയാണ്. എത്രയോ ജനവിഭാഗങ്ങൾ ഈ സംസ്കാരത്തിന്റെ ധാരയിൽ അലിഞ്ഞുചേർന്നിട്ടുണ്ട്. അതുകൊണ്ടാണ് സംസ്കാരങ്ങളുടെ സംഗമഭൂമിയായി നമ്മുടെ നാട് മാറിയത്. റോമാക്കാർ, ഗ്രീക്കുകാർ, ചീനക്കാർ, ആര്യന്മാർ, പേർഷ്യക്കാർ, തുർക്കികൾ, മുഗളന്മാർ എന്നിങ്ങനെ എത്രയെത്ര ധാരകളെ അകമേവ പേറിയാണ് നമ്മുടെ രാജ്യം വളർന്നുവന്നത്. ഭാഷയും വസ്ത്രവും ഭക്ഷണവും സംസ്കാരവുമെല്ലാം ഇത്തരത്തിലുള്ള സംഗമങ്ങളുടെ മൂശകളിലൂടെ രൂപ

പ്പെട്ടുവന്നതാണ്.

ബ്രിട്ടീഷുകാർ ഇന്ത്യയിൽ ആധിപത്യം സ്ഥാപിക്കുകയും ഇവിടു ത്തെ ജനതയെ വ്യത്യസ്ത തലങ്ങളിലൂടെ ചൂഷണത്തിന് വിധേയമാക്കു കയും ചെയ്തപ്പോൾ അവയ്ക്കെതിരായ പ്രതിരോധ മുന്നേറ്റങ്ങൾ രാജ്യ ത്ത് വളർന്നുവന്നു. നാടിന്റെ വൈവിധ്യങ്ങളുടെ പ്രതിഫലനമെന്നോണം ഇന്ത്യൻ ദേശീയ പ്രസ്ഥാനം വ്യത്യസ്ത ധാരകളുടെ മഹാപ്രവാഹമാ യിരുന്നു. മതനിരപേക്ഷതയുടെയും സോഷ്യലിസ്റ്റ് ആശയങ്ങളുടെയും സാമൂഹ്യ നീതിയുടെയുമെല്ലാം പ്രശ്നങ്ങൾ അകമേവ സ്വീകരിച്ചുകൊ ണ്ടുള്ള മഹത്തായ ജനകീയ പ്രസ്ഥാനമായിരുന്നു ഇന്ത്യൻ സ്വാത ന്ത്ര്യ സമരം.

കാഴ്ചപ്പാടുകൾ പലതായിരുന്നെങ്കിലും സാമ്രാജ്യത്വനുകത്തിൽ നിന്ന് രാജ്യത്തിന്റെ വിമോചനമായിരുന്നു അവർ സ്വപ്നം കണ്ടത്. ആ സമര പോരാട്ടങ്ങളിലൂടെ ആധുനിക ഇന്ത്യ ഉയർത്തെഴുന്നേൽക്കുകയാ യിരുന്നു. ഈ ജനകീയ മുന്നേറ്റത്തെ വർഗ്ഗീയമായും വംശീയമായുമൊ ക്കെ തരംതിരിക്കാൻ ഒരുപാട് പരിശ്രമങ്ങൾ ബ്രിട്ടീഷ് ഭരണാധികാ രികളുടെ നേതൃത്വത്തിൽ തന്നെ നടന്നു. എന്നാൽ അതിനെയെല്ലാം അതിജീവിച്ചുകൊണ്ടാണ് നമ്മുടെ രാജ്യം മതനിരപേക്ഷതയുടെ ആശ യങ്ങൾ ഉയർത്തിപ്പിടിക്കുന്ന രാഷ്ട്രമായി രൂപപ്പെട്ടത്.

ബ്രിട്ടീഷ് വിരുദ്ധ സമരത്തിലൂടെ വളർന്നുവന്ന ജനകീയ സമരത്തി ന്റെ ബോധമായാണ് ആധുനിക ഇന്ത്യ ഒരു ജനാധിപത്യ മതനിരപേ ക്ഷ രാഷ്ട്രമായി ഉയർന്നുവന്നത്. ചേരിചേരാ പ്രസ്ഥാനംപോലെ ലോ കരാജ്യങ്ങൾക്ക് നേതൃത്വം നൽകുന്ന സംവിധാനങ്ങളിലേക്കും അത് വളർന്നുവന്നു. ഇന്ത്യയുടെ ശബ്ദം ലോകം മുഴുവൻ ശ്രദ്ധിച്ചത് ഇത്തരം നിലപാടുകളിലൂടെയാണ്. അത്തരം മൂല്യങ്ങൾ എപ്പോൾ കൈയൊഴിയു ന്നുവോ ആ ഘട്ടങ്ങളിലാണ് ലോകരാഷ്ട്രീയ രംഗങ്ങളിൽ നിന്ന് നാം പാർശ്വവൽക്കരിക്കപ്പെടുന്നത് എന്നുമോർക്കണം.

സ്വാതന്ത്ര്യ പ്രസ്ഥാനത്തിൽ ഉയർന്നുവന്ന ജനാധിപത്യ മൂല്യ ങ്ങളെയും സോഷ്യലിസ്റ്റ് ആശയങ്ങളെയും സാമൂഹ്യ നീതിക്കുവേണ്ടിയു ള്ള കാഴ്ചപ്പാടുകളെയും സ്വാംശീകരിച്ചുകൊണ്ടാണ് ഇന്ത്യൻ ഭരണഘടന രൂപപ്പെട്ടത്. അതായത് ദേശീയ സ്വാതന്ത്ര്യ പ്രസ്ഥാനത്തിന്റെ മൂല്യങ്ങളാണ് അത് സ്വാംശീകരിച്ചിട്ടുള്ളത്. അതിനെ തകർക്കുന്നതിനു ള്ള ഒരു പരിശ്രമത്തെയും അംഗീകരിക്കാനാവില്ല.

എല്ലാ മതവിശ്വാസികൾക്കും വിശ്വാസം ഇല്ലാത്തവർക്കും യോജിച്ച് പ്രവർത്തിക്കാനുള്ള അടിത്തറയാണ് നമ്മുടെ ഭരണഘടന. ഇന്ത്യ ഹിന്ദുരാഷ്ട്രമോ ഇസ്ലാമിക രാഷ്ട്രമോ ആകാൻ പാടില്ലെന്ന സ്വാത ന്ത്ര്യ പ്രസ്ഥാനത്തിന്റെ കാഴ്ചപ്പാടാണ് നമ്മുടെ യോജിപ്പിന്റെ അടി

ത്തറ. മതം, ലിംഗം, ഭാഷ, സംസ്കാരം, പ്രദേശം എന്നിങ്ങനെയുള്ള വിവേചനങ്ങളെയും അത് എതിർക്കുന്നു.

വ്യത്യസ്ത നാട്ടുകളിൽനിന്നും സംസ്കാരങ്ങളിൽനിന്നും കടന്നുവരുന്ന അംഗങ്ങളുള്ള പാർലമെന്റിന് പരമാധികാരം ഭരണഘടന നൽകുന്നതും ഈ വൈവിധ്യങ്ങളെ ഉൾക്കൊള്ളുന്നതിന്റെ ഭാഗമായാണ്. ഭരണഘടന വിഭാവനം ചെയ്യുന്ന പാർലമെന്ററി ജനാധിപത്യവും ഇതിന്റെ തുടർച്ചയാണ്. ഇതിനെ മാറ്റി പ്രസിഡൻഷ്യൽ രീതി കൊണ്ടുവരാൻ ശ്രമിക്കുന്നതും ഭരണഘടനയിലെ നാനാത്വത്തിൽ ഏകത്വം എന്ന കാഴ്ചപ്പാടിനെ അട്ടിമറിക്കാനുള്ളതാണ്. ഭരണഘടനാ മൂല്യങ്ങളെ സംരക്ഷിക്കുക എന്ന കാഴ്ചപ്പാടാണ് ഇവിടെ കൂടിയിരിക്കുന്ന വൈവിധ്യമാർന്ന രാഷ്ട്രീയ പ്രസ്ഥാനങ്ങളെയും സാമൂഹ്യ സാംസ്കാരിക സംഘടനകളെയും മനുഷ്യ സ്നേഹികളെയും കൂട്ടിയോജിപ്പിക്കുന്നത്. ഇവിടെ ഒഴുകിയെത്തുന്ന ജനങ്ങളുടെ ചേതോവികാരവും മറ്റൊന്നല്ലതന്നെ.

ഭരണഘടന രൂപീകരിക്കപ്പെടുന്ന ഘട്ടത്തിൽത്തന്നെ പൗരത്വം എന്ന പ്രശ്നം ഗൗരവമായി ചർച്ച ചെയ്തിരുന്നു. 5 , 6 അനുച്ഛേദത്തിലാണ് ഭരണഘടനാ നിർമ്മാതാക്കൾ പൗരത്വ പ്രശ്നം ചർച്ച ചെയ്തത്. കോൺസ്റ്റിറ്റ്യൂഷണൽ അസംബ്ലിയിലെ ചർച്ചയിൽ ഇക്കാര്യം വിശദമാക്കുന്നുമുണ്ട്. അത് എവിടെയും മതപരമായ വിവേചനത്തെപ്പറ്റിയുള്ള സൂചന പോലും നൽകുന്നില്ല. രാജ്യത്തിനോട് കൂറുപുലർത്താൻ തയ്യാറുള്ള ജനങ്ങളെ പൗരത്വത്തിലേക്ക് കൊണ്ടുവരാനുള്ള കാഴ്ചപ്പാടാണ് അവിടെ ചർച്ച ചെയ്തത്. അതിന്റെ അടിസ്ഥാനത്തിൽ ഭരണഘടനയിൽ ആവശ്യമായ കാര്യങ്ങൾ ഉൾപ്പെടുത്തുകയുമാണ് ചെയ്തത്. ഇതിന്റെ അന്തഃസത്ത ഉൾക്കൊണ്ടുകൊണ്ട് 1955 ലെ പൗരത്വ നിയമവും രാജ്യത്തുണ്ടായി. ചുരുക്കത്തിൽ ദേശീയ സ്വാതന്ത്ര്യ പ്രസ്ഥാനം മുന്നോട്ടുവച്ച ആശയങ്ങൾ ഭരണഘടന സ്വാംശീകരിക്കുകയും അതിന്റെ അടിസ്ഥാനത്തിൽ പൗരത്വനിയമം ഉൾപ്പെടെ രാജ്യത്ത് നിലവിൽ വരികയാണ് ചെയ്തത്.

പിൽക്കാലത്ത് ചില ഭേദഗതികൾ ഉണ്ടായിരുന്നു. 1985 ലും 2004 ലും 2005 ലുമായിരുന്നു അത്. 1985 ൽ 'അസ്സാം അക്കോർഡി'ന് അനുസൃതമായ മാറ്റങ്ങൾ വരുത്താനാണ് ഭേദഗതി ഉണ്ടായത്. 2004 ൽ ഭേദഗതി ചെയ്തത് വിദേശികൾക്ക് പൗരത്വം നൽകുന്നതുമായി ബന്ധപ്പെട്ട കാലാവധി പുതുക്കി നിശ്ചയിക്കാനായിരുന്നു. 2005 ൽ ഭേദഗതി ചെയ്തതാകട്ടെ ഇന്ത്യൻ വംശജരായ വിദേശികൾക്ക് ഇന്ത്യൻ പൗരത്വം (Overseas Citizenship of India) നൽകുന്നതിനുമായിരുന്നു. എന്നാൽ ഈ ഭേദഗതികളിലൊന്നും തന്നെ മതപരമായ വിവേചനത്തിന്റെ ലാഞ്ഛനയോ മൗലികാവകാശം ലംഘിക്കുന്നതുമായ യാതൊരു കാഴ്ചപ്പാ

ടുകളും ഉണ്ടായിരുന്നതുമില്ല. അതിനാൽ ഈ ഭേദഗതികൾക്കൊന്നും രാജ്യവ്യാപകമായ പ്രതിഷേധം നേരിടേണ്ടിവന്നതുമില്ല.

ഇപ്പോഴത്തെ പൗരത്വ ഭേദഗതി നിയമം പ്രതിഷേധം ക്ഷണിച്ചു വരുത്തിയിട്ടുള്ളത് ഭരണഘടന വിഭാവനം ചെയ്യുന്ന മതനിരപേക്ഷതയെയും വ്യക്തിയുടെ മൗലികാവകാശങ്ങളെയും ചോദ്യം ചെയ്യുന്നതു കൊണ്ടാണ്. അതായത് ഭരണഘടനാ കാഴ്ചപ്പാട് ഉൾക്കൊണ്ടുകൊണ്ട് രൂപപ്പെടുത്തിയ പൗരത്വ നിയമത്തെ അട്ടിമറിക്കുന്ന പ്രശ്നമാണ് ഇവിടെ ഉയർന്നുവന്നിരിക്കുന്നത്. പുതിയ പൗരത്വ ഭേദഗതി നിയമം പരിശോധിച്ചാൽ ഇക്കാര്യം വ്യക്തമാകും.

പാകിസ്ഥാൻ, ബംഗ്ലാദേശ്, അഫ്ഗാനിസ്ഥാൻ എന്നിവിടങ്ങളിൽ നിന്നെത്തുന്ന 2014 ഡിസംബർ 31 ന മുമ്പ് വന്ന ഹിന്ദു, സിഖ്, ബുദ്ധ, പാഴ്സി, ജൈന, ക്രൈസ്തവ മതങ്ങളിൽപ്പെട്ടവർക്ക് പൗരത്വം നൽകുമെന്നാണ് പുതിയ ഭേദഗതിയിലെ പ്രധാന ശിപാർശ. മാത്രമല്ല, നിലവിലെ 11 വർഷത്തിനുപകരം 5 വർഷം തുടർച്ചയായി ഇന്ത്യയിൽ താമസിച്ച ഈ വിഭാഗക്കാർക്കും പൗരത്വം നൽകുമെന്നാണ് പറയുന്നത്.

മുസ്ലീം ജനവിഭാഗത്തെ ഇതിൽ നിന്ന് മാറ്റിനിർത്തിയിരിക്കുന്നുവെന്നതാണ് ഗൗരവതരമായ പ്രശ്നം. അയൽരാജ്യങ്ങൾ എന്ന പേരിൽ അഫ്ഗാനിസ്ഥാനെ ഉൾപ്പെടുത്തുമ്പോൾ ഇന്ത്യയുമായി അതിരു പങ്കിടുന്ന മ്യാൻമാറിനെയും ശ്രീലങ്കയെയും ബൂട്ടാനെയും നേപ്പാളിനെയും ഒഴിവാക്കിക്കൊണ്ട് തങ്ങളുടെ അജണ്ട സ്ഥാപിക്കുവാനാണ് ശ്രമിച്ചത്. ചരിത്രപരമായി ഇന്ത്യയുമായി ആധുനിക കാലത്ത് അതിർത്തി പങ്കിടുന്നതും ഇടപെടുന്നതും ശ്രീലങ്കയും മ്യാൻമാറും ബൂട്ടാനും നേപ്പാളുമൊക്കെ ആണെന്നിരിക്കെ അവയെ മാറ്റിനിർത്തി അഫ്ഗാനെ പ്രതിഷ്ഠിച്ചത് ചരിത്രപരമായും സാങ്കേതികമായും അംഗീകരിക്കാനാവുന്നതല്ല.

ജാതിയുടെയും മതത്തിന്റെയും ലിംഗത്തിന്റെയും അടിസ്ഥാനത്തിലുള്ള ഒരു വേർതിരിവും ഭരണഘടന അനുവദിക്കില്ലെന്ന് സുപ്രീംകോടതി പലതവണ വ്യക്തമാക്കിയതാണ്. അതുകൊണ്ട് തന്നെ മതത്തിന്റെയും രാഷ്ട്രത്തിന്റെയും അടിസ്ഥാനത്തിലുള്ള യുക്തിരഹിതമായ ഈ വേർതിരിക്കൽ ഭരണഘടനാ വിരുദ്ധവുമാണ്. ഭരണഘടനയുടെ അടിസ്ഥാനശിലയ്ക്ക് എതിരായി അതിൽ ഭേദഗതി ചെയ്യുന്നതിന് പാർലമെന്റിന് അധികാരം ഇല്ലെന്ന് കേശവാനന്ദ ഭാരതി കേസിൽ സുപ്രീംകോടതിയുടെ ഭരണഘടനാ ബഞ്ച് വിധിച്ചിട്ടുണ്ട്. വസ്തുത ഇതായിരിക്കെയാണ് ഇപ്പോൾ പുറപ്പെടുവിച്ച ഭേദഗതി നിയമം ഭരണഘടനാ വിരുദ്ധമാവുന്നത്.

പൗരന്മാരും അല്ലാത്തവരുമായി ഇന്ത്യയിൽ താമസിക്കുന്ന മുഴുവൻ

ജനങ്ങൾക്കും തുല്യത ഉറപ്പുവരുത്തുന്നതാണ് ഭരണഘടനയുടെ അനുച്ഛേദം 14. ഇതും ഭരണഘടനയുടെ അടിസ്ഥാന ശിലയാണ്. ഭരണഘടനയുടെ അനുച്ഛേദം 13 പ്രകാരം മൗലികാവകാശങ്ങൾക്കെതിരായ ഏതു നിയമവും അസാധുവാണ്.

പൗരത്വത്തിന്റെ അടിസ്ഥാനം മതമായിത്തീരുമ്പോഴാണ് ആ രാജ്യം മതരാഷ്ട്രമായിത്തീരുന്നത്. പൗരത്വം എല്ലാ മതവിശ്വാസികൾക്കും വിശ്വാസം ഇല്ലാത്തവർക്കുമായി നൽകുമ്പോഴാണ് മതേതര രാഷ്ട്രമായി ഒരു രാജ്യം മാറുന്നത്. മതനിരപേക്ഷത സംരക്ഷിക്കണമെങ്കിൽ മതത്തിന്റെ പേരിലുള്ള പൗരത്വ നിശ്ചയത്തെ ഇല്ലാതാക്കിയേ പറ്റൂ. ലോകത്തെ ജനങ്ങളുടെ ജീവിത നിലവാരം ഉന്നതാവസ്ഥയിലേക്ക് എത്തിനിൽക്കുന്നത് മതേതര രാഷ്ട്രങ്ങളിലാണെന്ന യാഥാർത്ഥ്യവും നമ്മുടെ മുമ്പിലുണ്ട്.

അടിച്ചമർത്തലിന്റെ പേരു പറഞ്ഞാണ് ഈ നിയമം അവതരിപ്പിക്കപ്പെട്ടതെങ്കിലും ഏറ്റവും അടിച്ചമർത്തലിന് വിധേയമായ ജനവിഭാഗങ്ങളെ ഇവർ ബോധപൂർവ്വം വിസ്മരിച്ചിരിക്കുന്നു. ശ്രീലങ്ക പോലുള്ള രാജ്യങ്ങളിൽ നിന്ന് ഇന്ത്യയിൽ എത്തിയ 73,000 ത്തോളം ജനങ്ങൾ ഉണ്ട്. അവരെപ്പറ്റിയും മിണ്ടാട്ടമില്ല. മ്യാൻമാറിൽ നിന്ന് പുറത്താക്കപ്പെട്ട റോഹിൻഗ്യൻ മുസ്ലീങ്ങൾ പോലുള്ള വിഭാഗങ്ങളുടെ പ്രശ്നങ്ങളും എന്തുകൊണ്ട് പരിഹരിക്കപ്പെട്ടില്ല എന്നതും ഗൗരവമായി ഉയർന്നുവരുന്നുണ്ട്.

അടിച്ചമർത്തപ്പെട്ടത് എന്ന പുറംമോടി പ്രദർശിപ്പിച്ചുകൊണ്ട് തങ്ങളുടെ അജണ്ട നടപ്പിലാക്കാനുള്ള ആദ്യ ചുവടുവയ്പ്പാണ് ഇതെന്ന് വ്യക്തം. നേരത്തേ നടത്തിയ ഇടപെടലുമായി ബന്ധപ്പെടുത്തിയാൽ ഇക്കാര്യം വ്യക്തമാകും. മുത്തലാഖിന്റെ പ്രശ്നം വന്നപ്പോൾ മുസ്ലീം വിഭാഗത്തിന്റെ മാത്രം വിവാഹമോചന പ്രശ്നങ്ങളിൽ ക്രിമിനൽ നിയമത്തിന്റെ പരിധിയിൽ കൊണ്ടുവന്ന് വിവേചനം കാണിച്ചു. ഇന്ത്യയിലെ 13 സംസ്ഥാനങ്ങൾക്ക് സവിശേഷ നിയമങ്ങൾ നിലനിൽക്കവേ ജമ്മുകാശ്മീരിനെ ഇന്ത്യയുടെ അവിഭാജ്യ ഘടകമാക്കി മാറ്റിയ 370-ാം വകുപ്പ് എടുത്തുമാറ്റുകയും ചെയ്തു. ഇതിന്റെ തുടർച്ചയാണ് പൗരത്വ പ്രശ്നം എന്ന് തിരിച്ചറിയുമ്പോഴാണ് ദൂരവ്യാപകമായ ഒരു അജണ്ടയുടെ ഭാഗമാണ് ഇതെന്ന് വ്യക്തമാകുന്നത്.

1951 ലെ അഭയാർത്ഥികൾക്കായുള്ള യു എൻ കൺവെൻഷനും 1967 ലെ പ്രോട്ടോക്കോളിനും എതിരായിട്ടുള്ള നിയമമാണ് ഇപ്പോൾ പ്രഖ്യാപിച്ചിട്ടുള്ളത്. ഐക്യരാഷ്ട്ര സഭ ഈ നിയമത്തിനെതിരെ രംഗത്തുവന്നുകഴിഞ്ഞു. അമേരിക്കയും ഫ്രാൻസും ബ്രിട്ടനും അതേ പാതയിലാണ്. ലോകജനതയിൽ നിന്ന്, ആധുനിക ജീവിത മൂല്യങ്ങളിൽ

നിന്ന് മാറിനിൽക്കുന്ന ഇത്തരം നയങ്ങൾ നമ്മുടെ രാജ്യത്തിന്റെ വികസനത്തെ തന്നെ ദുർബലമാക്കാനേ ഇടയാക്കൂ.

പൗരത്വ നിയമത്തിനെതിരെ നമ്മുടെ പാരമ്പര്യം മുറുകെപ്പിടിച്ചുകൊണ്ട് കേരളം ശക്തമായി പ്രതികരിക്കുകയാണ്. മനുഷ്യരെല്ലാം ഒന്നാണെന്ന് പ്രഖ്യാപിച്ച നവോത്ഥാന മുന്നേറ്റത്തിന്റെ മഹത്തായ പാരമ്പര്യം നമുക്കുണ്ട്. ദേശീയ പ്രസ്ഥാനം മുന്നോട്ടുവച്ച ആശയങ്ങൾ നമ്മുടെ കാഴ്ചകളിൽ വെളിച്ചമായും ഉണ്ട്. കർഷക-തൊഴിലാളി പ്രസ്ഥാനം നടത്തിയ ഇടപെടലുകളിലൂടെ പാവപ്പെട്ട ജനതയുടെ ഉൾക്കനമേറിയ രാഷ്ട്രീയവും കൈമുതലായ സംസ്ഥാനമാണ് നമ്മുടേത്.

വ്യത്യസ്തമായ കാഴ്ചപ്പാടുകളെയും സംസ്കാരത്തെയും മതങ്ങളെയും ഇരുകൈയും നീട്ടി സ്വീകരിച്ചതാണ് നമ്മുടെ പാരമ്പര്യം. ഇന്ത്യയിലെ ആദ്യകാല മുസ്ലീം, ക്രിസ്ത്യൻ പള്ളികൾ ഉണ്ടായത് കേരളത്തിലാണ്. വൈദേശിക ശക്തികൾക്കെതിരായുള്ള പോരാട്ടത്തിന് കൈ-മെയ് മറന്ന് പൊരുതിയതും ഇത്തരം ഐക്യനിര തന്നെ. കുഞ്ഞാലിമരയ്ക്കാരും പഴശ്ശിരാജാവും പൊരുതിയ ചരിത്രവും കേരളത്തിന് അവകാശപ്പെട്ടതാണ്. ഈ കേരളത്തിൽ ന്യൂനപക്ഷ വിഭാഗങ്ങളെ പൗരന്മാരായി കണക്കാക്കാൻ പറ്റില്ലെന്ന് ആര് പ്രഖ്യാപിച്ചാലും അത് നടപ്പാക്കാൻ സൗകര്യപ്പെടില്ലെന്ന പ്രഖ്യാപനം നമ്മുടെ സംസ്കാരത്തെ ഉയർത്തിപ്പിടിക്കലാണ്.

ഇത് പറയുമ്പോൾ സംസ്ഥാന സർക്കാരിന് ഇത്തരമൊരു തീരുമാനം എടുക്കാമോ എന്ന് പലരും ആശങ്കപ്പെടുന്നുണ്ട്. കേന്ദ്ര സർക്കാരും സംസ്ഥാന സർക്കാരുമെല്ലാം രൂപീകരിക്കുന്നതും നിലനിൽക്കുന്നതും പൗരത്വ നിയമങ്ങളെല്ലാം ഉണ്ടായതും ഇന്ത്യൻ ഭരണഘടനയുടെ അടിസ്ഥാനത്തിലാണ്. ആ ഭരണഘടനയുടെ അടിസ്ഥാന നിലപാടുകളോടാണ് സർക്കാരിന്റെ പ്രതിബദ്ധത. മന്ത്രിസഭ സത്യപ്രതിജ്ഞ ചെയ്യുന്നതും അതിന്റെ അടിസ്ഥാനത്തിലാണ്. അത് അട്ടിമറിക്കാൻ ആരു മുന്നോട്ടുവന്നാലും ഭരണഘടനാപരമായ മൂല്യങ്ങൾ ഉയർത്തിപ്പിടിച്ചുകൊണ്ട് പൊരുതുന്നത് സത്യപ്രതിജ്ഞാ ലംഘനമല്ല; അതിനോടുള്ള കൂറുപുലർത്തലാണ്. സംസ്ഥാന സർക്കാരിന്റെ പ്രതിബദ്ധത ഭരണഘടനയോടാണ്, അല്ലാതെ ആർ.എസ്.എസ് സൃഷ്ടിക്കുന്ന അജണ്ടകളോടല്ല.

പൗരത്വ ഭേദഗതിയുടെ തുടർച്ചയായി പൗരത്വ രജിസ്റ്റർ നടപ്പിലാക്കണമെന്നാണ് കേന്ദ്ര ആഭ്യന്തര മന്ത്രി പറയുന്നത്. പൗരത്വ രജിസ്റ്റർ പൂരിപ്പിക്കാൻ പറയുമ്പോൾ, ഇന്ത്യക്കാർ തന്നെ അവരുടെ ഇന്ത്യൻ പൗരത്വം തെളിയിക്കണം എന്ന നിലവരും. അതിന് ഇപ്പോഴുള്ള രേഖകൾ പോര, മാതാപിതാക്കളുടെയും അതിനു മുൻപ് ഉണ്ടായിരുന്നവരുടെയും

ജനന സർട്ടിഫിക്കറ്റ് വേണം എന്ന് പറയും. അത് കടുത്ത സാമൂഹ്യ പ്രശ്നങ്ങളായിരിക്കും സൃഷ്ടിക്കുക. അതുകൊണ്ടുതന്നെ അത്തരം രീതികൾ നടപ്പിലാക്കാനാവില്ല.

പൗരത്വ പ്രശ്നം ഏതെങ്കിലും മതവിഭാഗത്തിന്റെ പ്രശ്നമായി ചുരുക്കിക്കാണുന്നവർ മഹത്തായ മുന്നേറ്റങ്ങളെ ദുർബലപ്പെടുത്തുന്നതിന് സഹായകമാവുന്ന മുദ്രാവാക്യങ്ങൾ ഒരുക്കുകയാണ്. വർഗീയ ധ്രുവീകരണം സൃഷ്ടിക്കാനുള്ള സംഘപരിവാറിന്റെ അജണ്ടയ്ക്ക് പരവതാനി വിരിക്കുകയാണ് ഇത്തരക്കാർ ചെയ്യുന്നത്. അതുകൊണ്ടുതന്നെ ഇത്തരം ആശയക്കാരെ തിരിച്ചറിയാനും ഒറ്റപ്പെടുത്താനും കഴിയണം.

നാം ഇന്ത്യക്കാരാണ് എന്ന പ്രാഥമിക പൗരബോധം ഉറപ്പിക്കാനുതകുന്ന ഘടന രൂപപ്പെടുത്തുക എന്നതാണ് പൗരത്വനിയമത്തിന്റെ അടിസ്ഥാനമായിത്തീരേണ്ടത്. എന്നാൽ അതിനുപകരം ഞാൻ ഹിന്ദുവാണോ മുസ്ലീമാണോ എന്ന് ചിന്തിപ്പിക്കാനുതകുന്ന പൗരത്വ നിയമങ്ങൾ രാഷ്ട്രത്തെ ദുർബലപ്പെടുത്താനേ സഹായിക്കു. മതനിരപേക്ഷതയെയും ഫെഡറൽ ഘടനയെയും സംരക്ഷിച്ചുകൊണ്ട് മാത്രമേ രാജ്യത്തെ ഒറ്റക്കെട്ടായി നിർത്താനാവൂ. അതിനെ തകർക്കുന്ന ഏതു നീക്കവും രാഷ്ട്രത്തെ തന്നെ ദുർബലമാക്കുമെന്ന് തിരിച്ചറിയേണ്ടതുണ്ട്. അതുകൊണ്ട് ഈ സമരം രാജ്യത്തിന്റെ ഐക്യവും അഖണ്ഡതയും കാത്തുസൂക്ഷിക്കാനുള്ളതാണ്.

രാജ്യത്തെ ജനങ്ങളുടെ ജീവിതം ഏറെ ദുരിതപൂർണ്ണമായി മാറിയിരിക്കുകയാണ്. വിലക്കയറ്റം രൂക്ഷമായി തുടരുകയാണ്. കർഷക ആത്മഹത്യയും പെരുകുന്നു. വ്യവസായ മേഖല തകർച്ചയിലേക്ക് കൂപ്പുകുത്തിയിരിക്കുന്നു. ആഭ്യന്തര വരുമാനത്തിന്റെ വളർച്ചയും പിറകോട്ടാണ്. തൊഴിലില്ലായ്മയും മുമ്പെങ്ങുമില്ലാത്തവിധം വർദ്ധിച്ചിരിക്കുന്നു. പൊതുമേഖലാ സ്ഥാപനങ്ങളെ വിറ്റുതുലച്ചും റിസർവ്വ് ബാങ്കിന്റെ കരുതൽ ധനശേഖരത്തിൽ കൈയിട്ടുവാരുകയും ചെയ്യുന്ന സ്ഥിതിവരെ നമ്മുടെ സാമ്പത്തികരംഗത്ത് കേന്ദ്ര സർക്കാർ കൊണ്ടെത്തിച്ചിരിക്കുന്നു. നമ്മുടെ നാട് വമ്പിച്ച സാമ്പത്തിക പ്രതിസന്ധിയും അഭിമുഖീകരിക്കാൻ പോകുന്നുവെന്നാണ് ലോക ഏജൻസികൾ നൽകുന്ന മുന്നറിയിപ്പ്. ഇത്തരം പ്രശ്നങ്ങൾ പരിഹരിച്ച് ജനങ്ങൾക്ക് ആശ്വാസം പകരുന്നതിനു പകരം ജനങ്ങളെ ഭിന്നിപ്പിച്ച് കോർപ്പറേറ്റ് അജണ്ടകൾ കൊണ്ടുവരാനുള്ള നീക്കം കൂടിയാണ് ഇതിനു പിന്നിലുള്ളത്. ജനങ്ങളുടെ ജീവൽപ്രശ്നങ്ങൾ ഉയർത്തിക്കൊണ്ടും ഇവക്കെതിരായി ബദൽ നയങ്ങൾ മുന്നോട്ടുവച്ചുകൊണ്ടുള്ള പോരാട്ടവും നടത്തിക്കൊണ്ട് മാത്രമേ ഇത്തരം നീക്കങ്ങളെ പ്രതിരോധിക്കാനാവൂ.

ജനകീയ മുന്നേറ്റങ്ങളുടെ അലയൊലികൾ സൃഷ്ടിച്ച് മതനിരപേ

ക്ഷ മൂല്യങ്ങളെ തകർക്കാനുള്ള നീക്കങ്ങളെ പ്രതിരോധിക്കാനാവുമെന്ന് ലോകത്തെ അനുഭവങ്ങളെല്ലാം തെളിയിക്കുന്നുണ്ട്. ജനാധിപത്യ മുന്നേറ്റങ്ങൾക്ക് മുമ്പിൽ മുട്ടുകുത്തിയ ചരിത്രമാണ് ലോകം നമ്മെ പഠിപ്പിക്കുന്നതെന്നത് നമ്മുടെ പോരാട്ടങ്ങൾക്ക് കരുത്ത് പകരുന്നതാണ്. ഭരണഘടനാ മൂല്യങ്ങളെ സംരക്ഷിക്കാനുള്ള ഈ ഇടപെടൽ ഫെഡറൽ സംവിധാനത്തെ ശക്തിപ്പെടുത്താനും ദേശീയ ഐക്യത്തെ സംരക്ഷിക്കാനുമുള്ളതാണ്. രാജ്യ സംരക്ഷണത്തിനായുള്ള ഈ സമരത്തിൽ പങ്കെടുത്ത മുഴുവൻപേരെയും അഭിവാദ്യം ചെയ്യുന്നു. ഈ ഐക്യവും യോജിപ്പും കേരളത്തിന്റെ പൊതുവായ പ്രശ്നങ്ങളിൽ ഉൾപ്പെടെ നിലനിർത്തിക്കൊണ്ട് മുന്നോട്ടുപോകാനാവുമെന്നും പ്രതീക്ഷിക്കുന്നു.

സർവ്വകക്ഷി യോഗം

കൂട്ടായ പ്രക്ഷോഭത്തേയും മതാടിസ്ഥാനത്തിലുള്ള പൗരത്വത്തിനെതിരായ പ്രതികരണങ്ങളേയും ശക്തിപ്പെടുത്തുന്നതിന്റെ ഭാഗമായി 29.12.2019 ന് സർവകക്ഷി യോഗം സംഘടിപ്പിച്ചു. യോഗത്തിൽ നടത്തിയ പ്രസംഗം:

ഇന്ത്യ എന്ന രാഷ്ട്രം രൂപപ്പെട്ടുവന്നത് നിരവധി നൂറ്റാണ്ടുകൾ നീണ്ടുനിന്ന സാമൂഹ്യ രാഷ്ട്രീയ പ്രക്രിയയിലൂടെയാണ്. 2500 വർഷങ്ങൾക്കു മുമ്പ് ഇന്ത്യ എന്ന രാജ്യത്തെ സംബന്ധിച്ച് അവ്യക്തമായ ധാരണകളായിരുന്നു ഉണ്ടായിരുന്നത്. എന്നാൽ, നിരവധി നൂറ്റാണ്ടുകൾ പിന്നിടുമ്പോൾ ഉണ്ടായ കാഴ്ചപ്പാടാണ് ഇന്നത്തെ ഇന്ത്യ എന്നതിലേക്ക് വികസിച്ചുവന്നത്.

ആധുനിക ഇന്ത്യ രൂപീകരിക്കപ്പെട്ടത് ബ്രിട്ടീഷുകാർക്കെതിരായി രാജ്യത്തുയർന്നുവന്ന സ്വാതന്ത്ര്യസമരത്തിന്റെ പശ്ചാത്തലത്തിലാണ്. നാട്ടുരാജ്യങ്ങളായും ബ്രിട്ടീഷ് ഇന്ത്യയുടെ കീഴിലായും നിലനിന്ന ഭൂപ്രദേശങ്ങൾ സ്വാതന്ത്ര്യസമര പോരാട്ടത്തിലൂടെ ഏകീകരിക്കപ്പെട്ടാണ് ഈ നിലയിൽ എത്തിയത്.

സ്വാതന്ത്ര്യപ്രസ്ഥാനം

സ്വാതന്ത്ര്യപ്രസ്ഥാനത്തിനാകട്ടെ നിരവധി ധാരകളുണ്ടായിരുന്നു. ആധുനിക ജനാധിപത്യത്തെക്കുറിച്ചും സമത്വത്തെക്കുറിച്ചുമെല്ലാമുള്ള കാഴ്ചപ്പാടുകൾ ഉരുക്കി ഒന്നായിച്ചേർന്ന മുന്നേറ്റമായിരുന്നു അത്. മതനിരപേക്ഷതയുടെ കാഴ്ചപ്പാടുകളുടെ അടിത്തറയും ആ മുന്നേറ്റത്തിനുണ്ടായിരുന്നു. ഇതിന്റെ അടിസ്ഥാനത്തിലാണ് ഇന്ത്യൻ ഭരണഘടന രൂപീകരിക്കപ്പെട്ടത്.

അതുകൊണ്ടുതന്നെ ആധുനിക ജനാധിപത്യത്തെയും സമത്വത്തെ

യും മതനിരപേക്ഷതയെയും സംബന്ധിച്ച കാഴ്ചപ്പാടുകൾ ഭരണഘടനയു ടെ അടിസ്ഥാന നിലപാടുകളായി മാറുകയും ചെയ്തു. അത് പുലർത്തിയതു കൊണ്ടാണ് വ്യത്യസ്ത ജനവിഭാഗങ്ങളും ഭാഷയും സംസ്കാരവുമെല്ലാം ഉണ്ടായിരുന്നിട്ടും ഒറ്റ രാജ്യമായി നമുക്ക് മാറാനായത്.

മതനിരപേക്ഷത യോജിപ്പിന്റെ അടിത്തറ

രാജ്യത്തിന്റെ നിലനിൽപ്പിനുതന്നെ അവശ്യമായ ഒന്നാണ് മതനി രപേക്ഷതയും നാനാത്വത്തിൽ ഏകത്വമെന്ന സമീപനവും. അത് വെ ല്ലുവിളിക്കപ്പെടുന്നു എന്നതാണ് നമ്മളെയെല്ലാം ഇവിടെ യോജിപ്പിച്ച് നിർത്തുന്നതിന് അടിസ്ഥാനമായിട്ടുള്ളത്. ഇന്ത്യൻ ഭരണഘടനയെയും അതിന്റെ അടിസ്ഥാന പ്രമാണമായ മതനിരപേക്ഷതയെയും സംരക്ഷി ക്കുക എന്ന കാഴ്ചപ്പാടോടെയാണ് ഇവിടെ നാം കൂടിച്ചേരുന്നത്.

ഈ കാഴ്ചപ്പാടിനു വിരുദ്ധമായ സമീപനമാണ് ഒരു മതവിഭാഗ ത്തെ മാത്രം മാറ്റിനിർത്തിക്കൊണ്ടുള്ള പൗരത്വമെന്ന കാഴ്ചപ്പാട്. മതം പൗരത്വത്തിന്റെ അടിസ്ഥാനമായി തീരുമ്പോൾ ആ രാഷ്ട്രം മതരാ ഷ്ട്രമായി തീരുകയാണ് ചെയ്യുന്നത്. മതനിരപേക്ഷത സംരക്ഷിക്ക ണമെങ്കിൽ മതം എന്നത് പൗരത്വത്തിന്റെ അടിസ്ഥാനമായി മാറുന്ന സ്ഥിതിയുണ്ടായിക്കൂടാ. അതുകൊണ്ട് മതനിരപേക്ഷതയുടെ സംരക്ഷ ണത്തിന്റെ ഭാഗമാണ് എല്ലാ മതവിശ്വാസികൾക്കും അല്ലാത്തവർക്കും പൗരത്വത്തിൽ തുല്യത നൽകുക എന്നത്. അതിനായുള്ള പ്രവർത്തന മാണ് നാം സംഘടിപ്പിക്കേണ്ടത്.

നമ്മുടെ സവിശേഷത

ഭരണഘടന ഉയർത്തിപ്പിടിക്കുന്ന മതനിരപേക്ഷതയ്ക്ക് എന്നും കരുത്തായി പ്രവർത്തിച്ച പ്രദേശമാണ് നമ്മുടേത്. ഇപ്പോൾത്തന്നെ നാം ഒരു മാതൃക കാണിച്ചിട്ടുണ്ട്. കേരളത്തിലെ ജനത ഒറ്റക്കെട്ടായി നിന്നുകൊണ്ട് മതനിരപേക്ഷത സംരക്ഷിക്കാൻ പ്രതിജ്ഞാബദ്ധമാണ് എന്ന പ്രഖ്യാപനമാണ് സത്യഗ്രഹ സമരത്തിലൂടെ നാം രാജ്യത്തിനും ലോകത്തിനും മുമ്പാകെ കാണിച്ചുകൊടുത്തിട്ടുള്ളത്. നമ്മുടെ പാരമ്പര്യം ഉയർത്തിപ്പിടിച്ചുകൊണ്ട് വർഗീയവൽക്കരിക്കാൻ ശ്രമിക്കുന്ന കാഴ്ചപ്പാ ടുകളുമായി യോജിക്കാനാവില്ലെന്ന സമീപനം നേരത്തേ തന്നെ നാം മുന്നോട്ടുവെച്ചിട്ടുണ്ട്.

ആ കൂട്ടായ്മയുടെ തുടർച്ചയാണ് ഇവിടെ കൂടിയിരിക്കുന്ന രാഷ്ട്രീയ പാർട്ടികളുടെയും മത സാമൂഹ്യ സംഘടനകളുടെയും ഒത്തുചേരൽ. ഇതൊരു മതത്തിന്റെ പ്രശ്നമായല്ല, ഒരു രാജ്യത്തിന്റെ നിലനിൽപ്പി ന്റെ പ്രശ്നമായിക്കൂടിയാണ് നാം ഇതിനെ കാണുന്നത്.

മതനിരപേക്ഷത നമ്മുടെ സംസ്കാരത്തിന്റെ ഭാഗം

കേരളത്തെ സംബന്ധിച്ചിടത്തോളം മതനിരപേക്ഷ കേരളം എന്നത് ഒരു പ്രത്യേക ദിവസം പൊട്ടിമുളച്ച കാഴ്ചപ്പാടല്ല. അത് നമ്മുടെ ജീവിതത്തിന്റെ ഭാഗമാണ്. നമ്മുടെ വസ്ത്രം, ഭാഷ, സംസ്കാരം, ആഘോഷങ്ങൾ തുടങ്ങിയവയെല്ലാം ഈ കാഴ്ചപ്പാടിന്റെ അടിസ്ഥാനത്തിൽ വികസിച്ചുവന്ന ഒന്നാണ്. കേരളീയർ അവരുടെ ആയിരത്താണ്ടുകളിലെ സാമൂഹ്യജീവിതത്തിലൂടെ രൂപപ്പെടുത്തിയ ഒരു ജീവിതചര്യയാണ്. ആ സവിശേഷ ജീവിതചര്യയെ കലുഷമാക്കുന്ന ഒന്നും കേരളത്തിൽ ഒരുകാലത്തും സംഭവിക്കില്ല എന്നുറപ്പുവരുത്തുക എന്നതാണ് നമ്മുടെ പ്രധാന കർത്തവ്യം.

ഹിന്ദുവും ക്രിസ്ത്യാനിയും മുസ്ലീമുമെല്ലാം അടുത്തടുത്ത വീടുകളിലായി സ്നേഹസൗഹൃദങ്ങൾ പങ്കുവെച്ച് കഴിയുന്ന ഒരു പ്രത്യേക രീതിയാണ് നമുക്കുള്ളത്. ഒരു മതത്തിന് ഒരു പ്രദേശം എന്ന നിലയ്ക്കുള്ള വേർതിരിവുകൾ കേരളത്തിലൊരിടത്തുമില്ല. ആഘോഷങ്ങളിലും കൂടിച്ചേരലുകളിലുമെല്ലാം ഇത് കാണാവുന്നതുമാണ്. ഇങ്ങനെ ഒരേ അമ്മയുടെ പല മക്കൾ എന്ന നിലയിൽ വിവിധ സമുദായങ്ങളിൽപ്പെട്ടവർ കഴിയുന്ന സാമൂഹ്യജീവിതമാണ് നമുക്കുള്ളത്.

എല്ലാ മതത്തെയും സ്വീകരിച്ചവർ നാം

എല്ലാ മതങ്ങളും പരസ്പരം ആദരിച്ച നിലയാണിവിടെയുള്ളത്. മതം പ്രചരിപ്പിക്കാൻ എന്നു പ്രഖ്യാപിച്ച വന്നവരെപ്പോലും പരവതാനി വിരിച്ച് സ്വീകരിച്ച ചരിത്രമാണുള്ളത്. മനുഷ്യജീവിതത്തിന്റെ ഭാഗമായി രൂപപ്പെട്ടുവരുന്ന ഒന്നാണ് മതദർശനങ്ങൾ എന്ന് തിരിച്ചറിഞ്ഞാണ് കേരളീയർ അവ സ്വാംശീകരിച്ചത്. ക്രിസ്തുമതം അതിന്റെ പ്രാരംഭഘട്ടത്തിൽ തന്നെ ഇവിടെയുണ്ടായിട്ടുണ്ട് എന്നതിന്റെ ദൃഷ്ടാന്തമാണ് തോമാസ്ലീഹായാൽ സ്ഥാപിതമായി എന്നു കരുതുന്ന പള്ളികൾ. ഇസ്ലാം മതത്തിന്റെ കാര്യത്തിലും ചിത്രം വ്യത്യസ്തമല്ല. കൊടുങ്ങല്ലൂരിലെ ചേരമൻ പള്ളിയും മറ്റും ദൃഷ്ടാന്തങ്ങൾ. പഴശ്ശിയും കുഞ്ഞാലിമരയ്ക്കാറും ചേർന്നുനിന്നു സാമ്രാജ്യത്വത്തിനെതിരെ പൊരുതിയ ചരിത്രവുമുണ്ട്.

നമ്മുടെ സ്വാതന്ത്ര്യസമരം കൂട്ടായ മുന്നേറ്റം

ഇന്ത്യയിലേത് എന്നപോലെ കേരളത്തിന്റെ സ്വാതന്ത്ര്യസമര പ്രക്ഷോഭവും എല്ലാ വിഭാഗങ്ങളും ചേർന്നു നടത്തിയ മുന്നേറ്റമായിരുന്നു. നവോത്ഥാനം മുന്നോട്ടുവെച്ച സാമൂഹ്യമുന്നേറ്റത്തിന്റെ ധാരകൾ ഉൾക്കൊണ്ടുകൊണ്ട് ദേശീയ സ്വാതന്ത്ര്യ പ്രസ്ഥാനത്തിലൂടെ വളർന്നവരാണ് നാം. കർഷകത്തൊഴിലാളി പ്രസ്ഥാനങ്ങളുടെ സമരങ്ങളും

നമ്മുടെ സംസ്കാരത്തിന്റെ ഈടുറ്റ നിക്ഷേപങ്ങളാണ്.

മലബാറിലെ കാർഷിക കലാപത്തെ മാറ്റിനിർത്തിക്കൊണ്ട് കേരളത്തിലെ ബ്രിട്ടീഷ് വിരുദ്ധ സമരത്തിന്റെ ചരിത്രം നമുക്ക് രചിക്കാനാവില്ല. മുഹമ്മദ് അബ്ദുൾ റഹ്മാനെ മാറ്റിനിർത്തിക്കൊണ്ട് കേരളത്തിലെ സ്വാതന്ത്ര്യസമരത്തെ ഒരാൾക്കും വിലയിരുത്താനുമാവില്ല. ഇങ്ങനെ രാജ്യമെന്ന കാഴ്ചപ്പാടിന്റെ അടിസ്ഥാനത്തിൽ ഒന്നായി പൊരുതി മുന്നേറി നാം സൃഷ്ടിച്ച രാജ്യത്ത് ഏതെങ്കിലുമൊരു മതവിഭാഗത്തിന് സ്ഥാനമില്ലെന്ന് പ്രഖ്യാപിക്കാൻ നമുക്കു കഴിയില്ല. അങ്ങനെ ചിന്തിക്കുന്നത് ചരിത്രത്തെയും സംസ്കാരത്തെയും മാത്രമല്ല, യഥാർത്ഥ മതത്തെയും അറിയാത്തതുകൊണ്ടു മാത്രമാണ്.

മതസൗഹാർദ്ദം നമ്മുടെ മുഖമുദ്ര

വർഗീയ കലാപങ്ങൾക്കു പ്രായേണ അന്യമാണു നമ്മുടെ നാട്. ഒറ്റപ്പെട്ട നിലയിൽ എവിടെയെങ്കിലും വർഗീയതയുടെ കനലുണ്ടായാൽ എല്ലാവരും ഒരുമിച്ചു ചേർന്നുനിന്ന് കെടുത്തുന്ന നാടാണിത്. ആക്രമിക്കപ്പെടുന്നവനെ മതം നോക്കാതെ എല്ലാവരും ചേർന്നു സംരക്ഷിക്കുന്ന ഉന്നതമായ സംസ്കാരമുള്ള നാട്. ഇസ്ലാമിക രാജ്യങ്ങൾ നമ്മുടെ കുട്ടികളെ സ്വീകരിക്കുകയും അവിടെ അവർ സുരക്ഷിതരായി തൊഴിലെടുത്തു കഴിയുകയും ചെയ്യുന്നതിൽ ആഹ്ലാദിക്കുന്നതും ആ രാഷ്ട്രങ്ങളോടു കൃതജ്ഞത പുലർത്തുന്നതുമായ നാടാണിത്. കൊടുത്തും വാങ്ങിയും പലമത വിഭാഗങ്ങൾ മൈത്രിയിൽ കഴിയുന്ന നാട്.

ഇവിടെ മതാടിസ്ഥാനത്തിൽ വേർതിരിക്കലിനുള്ള ശ്രമങ്ങൾ ഏതു രൂപത്തിൽ ഏത് അധികാരസ്ഥാനത്തു നിന്നുണ്ടായാലും വിലപ്പോവില്ല. ജനതയുടെ ഐക്യത്തിനും മൈത്രിക്കും മേലെയല്ല നമുക്ക് ഒന്നും തന്നെ. ഈ ഒരുമയുടെ സന്ദേശം ഇന്ത്യയ്ക്കാകെ മാതൃകയാവും വിധം ഉയർത്താൻ നമുക്ക് കഴിയട്ടെ.

ഭരണഘടനാമൂല്യങ്ങൾ സംരക്ഷിക്കും

ഇന്ത്യയിലെ പൗരരുടെ അവകാശങ്ങൾ സംരക്ഷിക്കുന്ന രേഖയാണ് നമ്മുടെ ഭരണഘടന. അതിനു മേലെയല്ല ഒരു നിയമവും ചട്ടവും. എന്തിന്റെയും കാര്യത്തിൽ നമ്മുടെ ഉരകല്ല് ഭരണഘടനയാണ്. നിയമത്തിനു മുന്നിൽ എല്ലാ പൗരനും തുല്യരാണെന്നും ജാതി, മതം, വംശം, ലിംഗം, ജനിച്ച പ്രദേശം തുടങ്ങിയവയുടെ അടിസ്ഥാനത്തിൽ ഒരുവിധ വിവേചനവും പൗരർക്കിടയിൽ പാടില്ലെന്നും നമ്മുടെ ഭരണഘടന അനുശാസിക്കുന്നു.

ഈ മൂല്യങ്ങളാണ് നമ്മുടെ രാഷ്ട്രത്തെ റിപ്പബ്ലിക് ആയി നില

നിർത്തുന്നത്. ഭരണഘടനാ മൂല്യങ്ങൾ വെല്ലുവിളി നേരിടുകയെന്നാൽ ജനങ്ങളുടെ ജീവിതം വെല്ലുവിളിക്കപ്പെടുന്നു എന്നാണർത്ഥം. അതു കൊണ്ട് ഭരണഘടന സംരക്ഷിക്കുകയെന്നത് നമ്മുടെ ജീവിതത്തെയും രാഷ്ട്രത്തെയും സംരക്ഷിക്കൽ തന്നെയാണ്. ഈ ബോധ്യത്തോടെ, ഒരുമയോടെ, ഭരണഘടനയ്ക്കൊത്തു നിന്നുകൊണ്ട് നാം മാതൃക കാട്ടും എന്നു പ്രഖ്യാപിക്കേണ്ട ഘട്ടം കൂടിയാണിത്. ഭരണഘടനയെയും അതിന്റെ മൂല്യങ്ങളെയും സംരക്ഷിക്കാൻ പ്രതിജ്ഞാബദ്ധമാണ് സംസ്ഥാന സർക്കാർ. കേരള ജനതയും അതിന് സജ്ജമാണെന്ന് വെളിപ്പെടുത്തുന്നതാണ് ഇവിടെ നടന്നിട്ടുള്ള ഇത്തരം കൂട്ടായ്മകൾ. ആ കൂട്ടായ്മകളെ എങ്ങനെ മുന്നോട്ടുകൊണ്ടുപോകണം എന്ന കാര്യം കൂടി ചർച്ച ചെയ്യുന്നതിന് ഈ അവസരം ഉപയോഗിക്കാനാവണം.

ജനകീയ പ്രതിരോധം

ഭരണഘടനാ സംരക്ഷണ യോഗങ്ങൾ വിളിച്ചുചേർത്ത് ഇവിടെ ആർ എസ് എസിന്റെ അജൻഡകൾ നടപ്പിലാവില്ലെന്ന് കേരള സർക്കാർ ഉറക്കെ പ്രഖ്യാപിച്ചു. അതോടൊപ്പം തന്നെ പൗരത്വ നിയമം ഭരണ ഘടനാ വിരുദ്ധമാണെന്ന് ചൂണ്ടിക്കാട്ടി സംസ്ഥാന സർക്കാർ സുപ്രീം കോടതിയിൽ ഹർജി നൽകി. ഈ വിഷയത്തിൽ സുപ്രീം കോടതിയി ൽ ഹർജി നൽകുന്ന ആദ്യ സംസ്ഥാനവും നമ്മുടേതാണ്. ഇടതുപക്ഷ ജനാധിപത്യ മുന്നണിയുടെ നേതൃത്വത്തിൽ പൗരത്വ ഭേദഗതി നിയമ ത്തിനെതിരെ മഞ്ചേശ്വരം മുതൽ പാറശ്ശാല വരെ ദേശീയപാതയിൽ മനുഷ്യച്ചങ്ങല തീർത്തു. പൗരത്വ പ്രശ്നത്തിൽ ആശങ്കയുള്ള ജനവി ഭാഗത്തിന്റെയാകെ ഭീതി മാറ്റി ഒപ്പമുണ്ടെന്ന ധൈര്യം പകരുകയാണ് സർക്കാർ ചെയ്തത്. ജനങ്ങളോടും രാജ്യത്തോടും ഭരണഘടനയോടുമുള്ള പ്രതിബദ്ധതയും കൂറുമാണ് ഇതിന് സർക്കാരിനെ പ്രേരിപ്പിച്ചത്.

മതനിരപേക്ഷതയിൽ നിന്ന് വ്യതിചലിക്കുന്നത് ഭരണഘടനയു ടെ അടിത്തറ തോണ്ടുന്നതിന് തുല്യമാണെന്ന് ഇടതുപക്ഷ ജനാധിപത്യ മുന്നണി സർക്കാർ അന്ന് വ്യക്തമാക്കി. പൗരത്വ ഭേദഗതി നിയമം മനു ഷ്യത്വവിരുദ്ധവും ഭരണഘടനാ വിരുദ്ധവുമാണെന്ന നിലപാട് തുടക്കം മുതൽ സർക്കാർ ആവർത്തിച്ചു. പൗരത്വ ഭേദഗതി നിയമമോ പൗരത്വ പട്ടികയോ (എൻ ആർ സി) ജനസംഖ്യ രജിസ്റ്ററോ (എൻ പി ആർ) കേ രളത്തിൽ നടപ്പാക്കില്ലെന്ന് അസന്ദിഗ്ധമായി പ്രഖ്യാപിച്ചു. പൗരത്വ ഭേദഗതി നിയമം നടപ്പാക്കില്ല എന്ന തീരുമാനമെടുത്ത ആദ്യ സംസ്ഥാ നമാണ് കേരളം.

പൗരത്വ നിയമ ഭേദഗതി ഭരണഘടനാ വിരുദ്ധമാണെന്ന നിലപാടിൽ ഉറച്ചുനിന്നുകൊണ്ട് കേരളം എടുത്ത നിലപാടിന് ദേശവ്യാപകമായ പിന്തുണയുണ്ടാകുന്നത് നാം കണ്ടതാണ്. നമ്മളെ മാതൃകയാക്കിക്കൊണ്ട് അര ഡസനോളം നിയമസഭകൾ സി എ എയ്ക്കെതിരെ പ്രമേയം പാസാക്കി. നമ്മൾ ആദ്യമായി ഇതു ചെയ്തപ്പോൾ ഇതു ചെയ്യാൻ എന്ത് അധികാരമാണ് നമുക്കുള്ളത് എന്ന് ചോദിച്ചവരുണ്ട്. ഇപ്പോഴും ഒരു സംസ്ഥാനം മാത്രമായ നമുക്ക് കേന്ദ്ര നിയമത്തിന്റെ കാര്യത്തിൽ എന്ത് അധികാരമാണുള്ളതെന്ന് ചോദിക്കുന്നവരുണ്ട്.

കേരളത്തിന്റെ നിലപാട് ഭരണഘടനാപരവും ജനാധിപത്യപരവുമാണ് എന്നതിനുള്ള തെളിവാണ് നമ്മൾ കൊടുത്ത പെറ്റീഷനുമേൽ ബന്ധപ്പെട്ടവർക്ക് നോട്ടീസ് അയച്ച സുപ്രീംകോടതിയുടെ നടപടി. രാജ്യത്തിനാകെ മാതൃകയാകുംവിധം കേരളം ഇക്കാര്യത്തിൽ ആദ്യം തന്നെ ഇടപെട്ടത് നിലപാടുകളിൽ നമുക്ക് കൃത്യതയും വ്യക്തതയും ഉള്ളതുകൊണ്ടാണ്. മതനിരപേക്ഷതയിൽ വിട്ടുവീഴ്ച ചെയ്യാൻ പാടില്ല എന്ന ബോധ്യമുള്ളതുകൊണ്ടാണ്.

പ്രതിരോധത്തിന്റെ അടയാളമായ നിയമസഭാ പ്രമേയം

ഭരണഘടനാ വിരുദ്ധമായ പൗരത്വ ഭേദഗതി നിയമം 2019 നടപ്പിലാക്കില്ല എന്നതാണ് കേരളത്തിന്റെ പ്രഖ്യാപിത നിലപാട്. സംസ്ഥാന സർക്കാരിന്റെ ഈ നിലപാടിന് പ്രതിപക്ഷത്തിന്റെ കൂടി അംഗീകാരം തേടുന്നതിനൊപ്പം സംസ്ഥാന സർക്കാരിന്റെയും സംസ്ഥാന നിയമസഭയുടെയും അതിശക്തമായ പ്രതിഷേധം രേഖപ്പെടുത്തുന്നതിനാണ് 2019 ഡിസംബർ 31 ന് 14-ാം കേരളനിയമസഭയുടെ പ്രത്യേക നിയമസഭാ സമ്മേളനം വിളിച്ചുചേർത്തത്. ഈ പ്രത്യേക നിയമസഭാ സമ്മേളനത്തിൽ സംസാരിച്ച എല്ലാവരും 2019 ലെ പൗരത്വ ഭേദഗതി നിയമം ഭരണഘടനാനുസൃതമല്ലെന്ന അഭിപ്രായക്കാരാണ്.

നേമം നിയമസഭാ നിയോജകമണ്ഡലത്തിൽ നിന്നുള്ള കേരള നിയമസഭാംഗവും ബി ജെ പി നേതാവുമായ ഒ രാജഗോപാലിന് പോലും നിയമം ഭരണഘടനാനുസൃതമാകണമെന്ന കാര്യത്തിൽ തർക്കമുണ്ടായില്ല. ദൂരെനിന്ന് നമ്മുടെ നാട്ടിലേക്ക് ധാരാളം കച്ചവടക്കാർ വരുന്നു, ടൂറിസ്റ്റുകൾ വരുന്നു, അങ്ങനെ പലതരത്തിൽ ആളുകൾ വരുന്നു, വരണം. പരമ്പരാഗതമായി മുൻപും വന്നിട്ടുള്ളതാണ്. വരേണ്ടത് ആവശ്യമാണ്, ഇനിയും വരും. പക്ഷേ, അവർക്കൊന്നും അധികാരമില്ല. പൗരത്വമെന്ന് പറഞ്ഞാൽ അതൊരു അധികാരം കൊടുക്കലാണ്. ജാതിക്കും മതത്തിനുമെല്ലാം അതീതമായി നമ്മുടെ നാട്ടിൽ ജീവിക്കുകയും ഈ രാജ്യത്തെ സ്നേഹിക്കുകയും ഈ നാടിന്റെ സംസ്കാരത്തിൽ അഭിമാനം കൊള്ളുന്നവരൊക്കെത്തന്നെ പൗരൻമാർ തന്നെയാണ്. അക്കാര്യത്തിൽ ആർക്കാണ് വിരോധമുള്ളത്; ഇന്നയാൾക്ക് കൊടുക്കണം, ഇന്ന മത

ക്കാർക്ക് കൊടുക്കാൻ പാടില്ല എന്നൊന്നും ആരും വാദിച്ചിട്ടില്ല.

എന്റെ വിശുദ്ധഗ്രന്ഥം ഭരണഘടനയാണ്. ആ ഭരണഘടനയനുസരിച്ചുള്ള കാര്യങ്ങൾ നടക്കണമെന്ന് മാത്രമേ ആഗ്രഹമുള്ളൂ. അതിനെ തെറ്റായ നിലയ്ക്ക് വ്യാഖ്യാനിക്കാൻ ശ്രമിക്കുന്നത് സങ്കുചിതമായ രാഷ്ട്രീയ ലാഭത്തിനുവേണ്ടിയാണ്, രാഷ്ട്രത്തിന്റെ നന്മയ്ക്കുവേണ്ടിയല്ല എന്നാണ് ഒ രാജഗോപാൽ നിയമസഭ സമ്മേളനത്തിൽ വ്യക്തമാക്കിയത്.

മതനിരപേക്ഷ മനസ്സാണ് കേരളത്തിന്റേത്. രാജ്യത്തിന്റെ മതനിരപേക്ഷ സങ്കൽപ്പത്തിന് ഒരു ചെറുപോറൽ പോലും ഏൽക്കുന്നത് സഹിക്കാൻ കേരളത്തിനാവില്ല. മതനിരപേക്ഷ ഇന്ത്യ കരുത്തുറ്റ മതനിരപേക്ഷ നിലപാട് ഉയർത്തിപ്പിടിക്കുക തന്നെ ചെയ്യണം. അതിനു വിരുദ്ധമായി ആരു പ്രവർത്തിച്ചാലും തിരുത്താനുള്ള ശ്രമം കേരളത്തിന്റെ ഭാഗത്തു നിന്നുമുണ്ടാകും. മതനിരപേക്ഷതയ്ക്ക് ഭംഗം വരുത്തുന്ന ഒരു തീരുമാനവും കേരളം അംഗീകരിക്കില്ല. അതുകൊണ്ടാണ് ഭരണഘടനാവിരുദ്ധമായ പൗരത്വ ഭേദഗതി നിയമം 2019 കേരളത്തിൽ നടപ്പിലാക്കില്ലെന്ന സർക്കാർ പ്രഖ്യാപനത്തിന് ജാതി, മത, കക്ഷി, രാഷ്ട്രീയ, സാമുദായിക ഭേദമെന്യേ എല്ലാ കോണുകളിൽനിന്നും പിന്തുണ ലഭിച്ചത്. ഈ ആശയം മുൻനിർത്തിയാണ് പ്രത്യേക നിയമസഭാ സമ്മേളനത്തിൽ മുഖ്യമന്ത്രി എന്ന നിലയിൽ പ്രമേയാവതരണാനന്തരം പ്രസംഗം നടത്തിയത്.

നിയമസഭാപ്രസംഗത്തിന്റെ പൂർണ രൂപം:

സർ, കേരളത്തിന്റെ ഇതുവരെയുള്ള പ്രത്യേകതകൾ ഉൾക്കൊണ്ടുകൊണ്ട് ഈ പ്രമേയം നമ്മുടെ നിയമസഭയ്ക്ക് ഐകകണ്ഠ്യേന തന്നെ പാസാക്കാൻ കഴിയണമെന്നാണ് അഭ്യർത്ഥിക്കാനുള്ളത്. നമ്മുടെ രാജ്യത്തെമ്പാടും വലിയ പ്രക്ഷോഭത്തിനാണ് ഈ പൗരത്വ ഭേദഗതി നിയമം തിരികൊളുത്തിയിരിക്കുന്നത്. സർവ്വകലാശാല വിദ്യാർത്ഥികൾ, തൊഴിലാളികൾ, ജീവനക്കാർ, പൊതുപ്രവർത്തകർ ഇങ്ങനെ സമൂഹത്തിന്റെ എല്ലാ മേഖലകളിലുമുള്ളവർ ശക്തമായ പ്രതിഷേധം ഉയർത്തിക്കൊണ്ട് മുന്നോട്ട് നീങ്ങുകയാണ്. മതവിവേചനത്തിന്റെ രീതിയിലുള്ളതാണ് ഈ ഭേദഗതി. ഇത് അന്താരാഷ്ട്ര സമൂഹത്തിൽ ത്തന്നെ നമ്മുടെ നാടിനെക്കുറിച്ച് തെറ്റായ ചിത്രം സൃഷ്ടിച്ചിരിക്കുകയാണ്. ലോകത്തെമ്പാടും പ്രവാസികളായി ജീവിക്കുന്നവരാണ് മലയാളി സഹോദരങ്ങൾ. ആ പ്രവാസി സമൂഹത്തിനിടയിലും പൗരത്വ ഭേദഗതി നിയമം വലിയ ആശങ്കയാണ് ഉയർത്തിയിരിക്കുന്നത്. ഈ അന്തരീക്ഷത്തിൽ നിന്നുകൊണ്ടാണ് പൗരത്വ ഭേദഗതിനിയമത്തെക്കുറിച്ചുള്ള

ഈ പ്രമേയം നമ്മുടെ നിയമസഭ ചർച്ചക്കെടുക്കുന്നത്. രാജ്യത്തിന്റെ സവിശേഷതകളാൽ നാം അഭിമാനിക്കാറുള്ള ഘടകങ്ങളാണ് മതനിരപേക്ഷതയും അതിന്റെ ഭാഗമെന്നോണം നിലകൊള്ളുന്ന നാനാത്വത്തിൽ ഏകത്വമെന്ന കാഴ്ചപ്പാടും. ഇന്ത്യയെപ്പോലെ ഇത്രയേറേ വൈവിധ്യമാർന്ന ഭൂമിശാസ്ത്രവും ഭാഷകളും സംസ്കാരങ്ങളും മതവിഭാഗങ്ങളും എല്ലാമുണ്ടായിരുന്നിട്ടും ഒരു രാഷ്ട്രമെന്ന നിലയിൽ നമുക്ക് നിലനിൽക്കാൻ കഴിഞ്ഞത് നേരത്തെ പറഞ്ഞ രണ്ട് കാഴ്ചപ്പാടുകളെ മുന്നോട്ടുവച്ചുകൊണ്ട് പ്രവർത്തിക്കുന്നുവെന്നതുകൊണ്ടാണ്. മതനിരപേക്ഷതയ്ക്കും വൈവിധ്യങ്ങളെ അംഗീകരിക്കുന്ന രീതിക്കും പോറലേൽക്കുമ്പോൾ അതു രാജ്യത്തിന്റെ നിലനിൽപ്പിനെ തന്നെ ദുർബ്ബലപ്പെടുത്തുന്ന സാഹചര്യമാണുണ്ടാകുക. ഇതു നാം ഗൗരവമായി ഓർക്കേണ്ട കാര്യമാണ്. അതുകൊണ്ട് തന്നെ മേൽപ്പറഞ്ഞ മൂല്യങ്ങളെ കണക്കിലെടുക്കാതെ രൂപീകരിക്കുന്ന ഏത് നിയമനിർമ്മാണവും വലിയ പ്രത്യാഘാതങ്ങൾ രാജ്യത്ത് സൃഷ്ടിക്കുമെന്ന് നാം കാണേണ്ടതായിട്ടുണ്ട്. നമ്മുടെ ഭരണഘടന വിഭാവനം ചെയ്യുന്ന മതനിരപേക്ഷത രൂപപ്പെട്ടുവന്നത് നൂറ്റാണ്ടുകളായി ഇവിടെ വളർന്നുവന്ന രാഷ്ട്രീയ സാമൂഹ്യ മുന്നേറ്റങ്ങളുടെ പശ്ചാത്തലത്തിലാണ്. നാം ഇന്ന് കാണുന്ന ഇന്ത്യൻ ജനതയുടെ സംസ്കാരം രൂപപ്പെട്ടുവന്നത് ഏറെ നൂറ്റാണ്ടുകൾ നീണ്ടുനിന്ന പ്രക്രിയയിലൂടെയാണ്. നമ്മുടെ രാജ്യത്തെ സംബന്ധിച്ച അവ്യക്തമായ ധാരണകൾ മാത്രമേ നൂറ്റാണ്ടുകൾക്ക് മുമ്പ് ഇവിടെ ഉണ്ടായിരുന്നുള്ളൂ. പിന്നീട് ചരിത്രത്തിന്റെ വികാസത്തിനനുസരിച്ച് ആധുനിക ഇന്ത്യ രൂപപ്പെട്ട് വരികയാണുണ്ടായത്. ആധുനിക ഇന്ത്യയുടെ രൂപീകരണം ഉണ്ടാകുന്നത് ദേശീയ സ്വാതന്ത്ര്യ പ്രസ്ഥാനത്തിന്റെ അടിത്തറയിലാണ്. നമ്മുടെ സ്വാതന്ത്ര്യ പ്രസ്ഥാനത്തിന് ഏറെ സവിശേഷതകളുണ്ട്. വൈവിധ്യമാർന്ന നിരവധി ധാരകളുടെ മഹാ പ്രവാഹമായിരുന്നു ആ സ്വാതന്ത്ര്യ പ്രസ്ഥാനം. ആദിവാസികളിലും കർഷകരിലും നിന്ന് ആരംഭിച്ച പ്രക്ഷോഭങ്ങൾ, അക്കാലത്ത് ഉയർന്നുവന്ന ആധുനിക മൂല്യങ്ങളെക്കൂടി സ്വാംശീകരിച്ച് വളർന്നുവരികയാണുണ്ടായത്. ജനാധിപത്യവും മതേതരത്വവും സോഷ്യലിസവും സാമൂഹ്യനീതിയുമൊക്കെ അതിന്റെ ഭാഗമായി ഉയർന്നുവന്നു. അത് ജനതയുടെ കാഴ്ചപ്പാടും വികാരവുമായി രൂപപ്പെടുകയും ചെയ്തു.

ബ്രിട്ടീഷുകാർ മുന്നോട്ടുവച്ച ശിഥിലീകരണ പ്രവണതകളെയെല്ലാം അതിജീവിച്ച് ഇന്ത്യ സ്വാതന്ത്ര്യം പ്രാപിക്കുകയായിരുന്നു. ഭരണഘടനാ നിർമ്മാണത്തിനായി രൂപീകരിച്ച കോൺസ്റ്റിറ്റ്യൂഷണൽ അസംബ്ലിയിലെ ചർച്ചകളിലൂടെ സ്വാതന്ത്ര്യസമരങ്ങളിലെ മൂല്യ

ങ്ങളെ സ്വാംശീകരിച്ചുകൊണ്ട് ഭരണഘടനയും രൂപപ്പെട്ടു. അങ്ങനെ മതനിരപേക്ഷതയിലും സാമൂഹ്യനീതിയിലും സമത്വത്തിലും ഊന്നി നിന്നുകൊണ്ടുള്ള നാനാത്വത്തിൽ ഏകത്വം എന്ന കാഴ്ചപ്പാടും എല്ലാം ഇതിൽ ഉൾച്ചേരുകയായിരുന്നു. അതിന്റെ കരുത്തിലാണ് ഇന്ത്യ എന്ന രാജ്യം ഒരു വികാരമായി നമ്മുടെ മനസ്സിൽ സ്ഥാനം പിടിച്ചത്. ഈ കാഴ്ചപ്പാടാണ് ലോകം മുഴവനും ബഹുമാനിക്കുന്ന രാജ്യമായി നമ്മുടെ രാജ്യത്തെ ഉയർത്തിയത്. ഒരു രാഷ്ട്രം എങ്ങനെയാണ് എന്നത് നിർണ്ണയിക്കുന്നത് അതിന്റെ പൗരത്വത്തിന്റെ അടിസ്ഥാനത്തിലാണ്. അതുകൊണ്ട് ഏതുതരം ജനവിഭാഗങ്ങളെ രാഷ്ട്രം ഉൾക്കൊള്ളുന്നു എന്നുള്ളതാണ് അതിന്റെ സ്വഭാവ സവിശേഷതകളുടെ മർമ്മപ്രധാനമായ ഘടകം. അതുകൊണ്ടുതന്നെ പൗരത്വം എന്നത് രാഷ്ട്രസ്വഭാവത്തിന്റെയും അതിന്റെ ഘടനയുടെയും അടിത്തറയായിത്തീരുന്നു. എല്ലാ മതവിഭാഗങ്ങളെയും ഉൾക്കൊള്ളുന്നിടത്താണ് മതേതര രാഷ്ട്രം എന്ന നിലയിലേക്ക് ഒരു രാജ്യം മാറുന്നത്. ഏതെങ്കിലും മത വിഭാഗങ്ങൾക്ക് നിയന്ത്രണവും ഏതെങ്കിലും മതവിഭാഗത്തിന് പൗരത്വത്തിന് കൂടുതൽ പരിഗണനയും നൽകുന്നിടത്ത് അതിന്റെ മതേതരഭാവം നഷ്ടപ്പെടും. അങ്ങനെ നാനാത്വത്തിൽ ഏകത്വം എന്ന നാം ഉയർത്തിപ്പിടിച്ച മൂല്യം നഷ്ടപ്പെട്ടാൽ രാഷ്ട്രത്തിന്റെ ശൈഥില്യത്തിലേക്കായിരിക്കും അത് നയിക്കുക. അത് ഒഴിവാക്കപ്പെടണമെങ്കിൽ ഇത്തരം മൂല്യങ്ങളെ മുന്നോട്ടുവയ്ക്കുന്ന നിയമങ്ങളും പരിരക്ഷകളും ഉണ്ടായേപറ്റൂ. അതുകൊണ്ടാണ് പുതിയ പൗരത്വ നിയമ ഭേദഗതി പിൻവലിക്കണമെന്ന ആവശ്യം രാജ്യത്തിന്റെ പാരമ്പര്യത്തേയും അതിന്റെ വൈവിധ്യങ്ങളേയും അറിയാവുന്നവർ മുന്നോട്ടുവയ്ക്കുന്നത്. രാജ്യത്തിന്റെ നിലനിൽപ്പിന് അത്യന്താപേക്ഷിതമാണ് ഭരണഘടന മുന്നോട്ടുവയ്ക്കുന്ന മൂല്യങ്ങളെന്ന് നാം മറക്കരുത്.

പൗരത്വ ഭേദഗതി നയമം 2019 ൽ ഉൾക്കൊള്ളിച്ചിട്ടുള്ള മതാടിസ്ഥാനത്തിലുള്ള വിവേചനപരമായ വ്യവസ്ഥകൾക്കെതിരെ ജാതി-മത-പ്രാദേശിക വേർതിരിവുകൾക്ക് അതീതമായി രാജ്യത്തെമ്പാടും ഒരു പൊതുവികാരം ഉയർന്നുവന്നിട്ടുണ്ട്. അത് പ്രക്ഷോഭമായി തെരുവുകളിലേക്ക് വ്യാപിച്ചുകഴിഞ്ഞിരിക്കുന്നു. നമ്മുടെ ഭരണഘടനയുടെയും ജനാധിപത്യ വ്യവസ്ഥയുടെയും അടിസ്ഥാന തത്വങ്ങളെ വെല്ലുവിളിക്കുന്ന ആശയങ്ങളാണ് ഈ ഭേദഗതിയിലൂടെ നിയമപ്രാബല്യം നേടിയിരിക്കുന്നത് എന്നതാണ് ഈ എതിർപ്പിന്റെ അടിസ്ഥാനം.

മതനിരപേക്ഷത നമ്മുടെ ഭരണഘടനയുടെ അടിസ്ഥാനഘടനയുടെ ഭാഗമണ്. ഇതിനെ കേവലം നിയമനിർമ്മാണസഭകളിലെ ഭൂരി

പക്ഷം കൊണ്ടുമാത്രം തകർക്കാൻ സാധ്യമല്ലായെന്ന് വിഖ്യാതമായ വിധിന്യായങ്ങളിലൂടെ ബഹുമാനപ്പെട്ട സുപ്രീംകോടതി തന്നെ വ്യക്തമാക്കിയിട്ടുണ്ട്. ഈ നിയമം പാർലമെന്റിന്റെ ഇരുസഭകളും പാസാക്കിയെന്ന ഒറ്റക്കാരണംകൊണ്ട് എല്ലാവരും ശിരസ്സാവഹിച്ചുകൊള്ളണമെന്ന കൽപ്പനകൾ പുറപ്പെടുവിക്കുന്നത് നമ്മുടെ ഉയർന്ന ജനാധിപത്യ മൂല്യങ്ങൾക്ക് അനുയോജ്യമല്ല. നമ്മൾ നമുക്കായി നൽകിയ ഭരണഘടനയും അതിന്റെ അന്തഃസത്തയുമാണ് പരമപ്രധാനം. ഇതിനുപരിയായി ഒരു നിയമനിർമ്മാണത്തിനും സ്ഥാനം നൽകാൻ കഴിയില്ല.

ഭരണഘടനയുടെ അടിസ്ഥാനത്തിലാണ് നിയമസഭയും പാർലമെന്റുമെല്ലാം രൂപീകരിച്ചിട്ടുള്ളത്. ഭരണഘടനാമൂല്യങ്ങളോട് കൂറ് പുലർത്തുമെന്ന പ്രതിജ്ഞയോടെയാണ് നമ്മളെല്ലാം ഈ സഭയിലിരിക്കുന്നത്. ഈ കടമ നിർവ്വഹിക്കുന്നതിൽനിന്നും അണുവിടപോലും പിന്തിരിയില്ല എന്നതിന്റെ ഉറച്ച പ്രഖ്യാപനമാണ് ഇന്ന് ഈ പ്രമേയം പരിഗണിക്കാൻ നാം ഇവിടെ കൂടിയിരിക്കുന്നതിലൂടെ പൊതുസമൂഹത്തിന് നൽകുന്ന സന്ദേശം.

പലവിധ പ്രതിസന്ധികളെയും അതിജീവിച്ച ശക്തി നമ്മുടെ രാജ്യത്തിനും ജനാധിപത്യ വ്യവസ്ഥയ്ക്കുമുണ്ട്. നിയമനിർമ്മാണ സഭകളിലൂടെ, കോടതി വിധിന്യായങ്ങളിലൂടെ, ജനകീയ പ്രക്ഷോഭങ്ങളിലൂടെയെല്ലാം ശക്തമായ ഇടപെടലുകൾ നമ്മുടെ പൗരാവകാശ സംരക്ഷണത്തിനും സാമൂഹ്യനീതി ഉറപ്പാക്കുന്നതിനും എക്കാലത്തും താങ്ങും തണലുമായിരുന്നിട്ടുണ്ട്. ഇതിന്റെ ഉത്തമ ദൃഷ്ടാന്തമാണ്, മതപരമായ വിവേചനം ഉൾപ്പെടുത്തുന്ന വ്യവസ്ഥയുള്ള ഒരു നിയമത്തിനെതിരെ ജാതി-മത-പ്രാദേശിക വേർതിരിവുകൾക്ക് അതീതമായി നടക്കുന്ന അഭിപ്രായ രൂപീകരണവും പ്രതിഷേധവും. ഇവ സമാധാനപരമായി നടക്കുന്നു എന്ന് ഉറപ്പുവരുത്താനും ഏതെങ്കിലും തരത്തിലുള്ള മത മൗലികവാദങ്ങൾക്ക് സ്ഥാനമില്ലെന്നും സമരത്തിന് അണിനിരക്കുന്ന ജനത പ്രഖ്യാപിക്കുന്ന സ്ഥിതിയുമുണ്ട്. എത്ര ഭീകരമായ പ്രത്യാക്രമണങ്ങൾ ഉണ്ടായാലും അണഞ്ഞുപോകാത്ത വെളിച്ചമാണ് ജനാധിപത്യത്തിന്റെയും മതനിരപേക്ഷതയുടെയും സാമൂഹ്യ സാമ്പത്തിക നീതിയുടെയും മൂല്യങ്ങളും തത്ത്വങ്ങളും എന്ന് നാം തെളിയിച്ചുകൊണ്ടിരിക്കുകയാണ്. ഈ പ്രയാണത്തിലെ ചുവടുവയ്പ്പാണ് കേരളത്തിലെ രാഷ്ട്രീയ അഭിപ്രായവ്യത്യാസങ്ങൾ മാറ്റിവച്ചുകൊണ്ടുള്ള ഒരുമയും ഇവിടെ ഈ സഭ പരിഗണിക്കുന്ന പ്രമേയവും.

കേരളത്തിന് മഹത്തായ ഒരു പാരമ്പര്യമുണ്ട്. അത് മതനിരപേക്ഷതയുടേതാണ്. അറേബ്യൻ രാജ്യങ്ങളുമായുള്ള നമ്മുടെ ബന്ധത്തി

ന് നൂറ്റാണ്ടുകളുടെ പഴക്കമുണ്ട്. ഗ്രീക്കുകാരും റോമാക്കാരുമെല്ലാം ഈ നാട്ടിൽ മുമ്പേ വന്നുപോയവരാണ്. എല്ലാ മതങ്ങളേയും അതിന്റെ ആരംഭകാലത്തുതന്നെ നമ്മുടെ നാട് ഉൾക്കൊണ്ടിട്ടുണ്ട്. ക്രിസ്തുമതവും ഇസ്ലാംമതവും അവയുടെ ആരംഭകാലത്തുതന്നെ കേരളത്തിൽ വന്നിട്ടുണ്ട്. നമ്മുടെ രാജ്യത്തെ ആദ്യകാല ക്രിസ്ത്യൻ, മുസ്ലീം പള്ളികൾ കേരളത്തിലായിരുന്നു എന്ന കാര്യം നാം വിസ്മരിക്കരുത്. മലബാറിലെ കാർഷിക കലാപത്തിന്റെ ചരിത്രത്തെ ഓർക്കാതെ ബ്രിട്ടീഷ് വിരുദ്ധ കലാപത്തെക്കുറിച്ച് ചിന്തിക്കാനാകില്ല. മുഹമ്മദ് അബ്ദുറഹിമാൻ സ്വാതന്ത്ര്യസമരത്തിലെ ഇതിഹാസമായിരുന്നു. നവോത്ഥാന പ്രസ്ഥാനവും ദേശീയ പ്രസ്ഥാനവും കർഷകത്തൊഴിലാളി പ്രസ്ഥാനങ്ങളും ഉയർത്തികൊണ്ടുവന്ന മതനിരപേക്ഷതയുടെ ജീവിത സംസ്കാരത്തെ മുന്നോട്ട് കൊണ്ടുപോകാനുള്ള ഉത്തരവാദിത്വമാണ് നമുക്ക് ഏറ്റെടുക്കാനുള്ളത്. ആ പാരമ്പര്യത്തിന്റെ അടിസ്ഥാനത്തിലുള്ള നിലപാട് മുന്നോട്ടുവയ്ക്കാൻ നമ്മുടെ നിയമസഭയ്ക്ക് കഴിയേണ്ടതുണ്ട്. ആ പാരമ്പര്യത്തെ ഏറ്റുപിടിക്കുകയാണ് ഈ പ്രമേയത്തിലൂടെ കേരള നിയമസഭ ചെയ്യുന്നത്. മതവിദ്വേഷത്തിന്റേയല്ല, മതവിശ്വാസത്തെ ബഹുമാനിക്കുന്ന, നമ്മുടെ പാരമ്പര്യത്തെ ഉൾക്കൊള്ളുന്നതാണ് ഈ പ്രമേയം, പുതിയ പൗരത്വ നിയമത്തിന്റെ പശ്ചാത്തലത്തിൽ ഉടലെടുത്ത ആശങ്കകൾ പരിഹരിക്കുക എന്നത് ഏറ്റവും പ്രധാനമാണ്.

ജനങ്ങളുടെ തികഞ്ഞ സഹകരണത്തോടെ മുന്നോട്ട് പോകേണ്ട ഒന്നാണ് സെൻസസ് പോലുള്ള പ്രവർത്തനങ്ങൾ. ഇപ്പോൾ കേന്ദ്ര സർക്കാർ മുന്നോട്ടുവയ്ക്കുന്ന കാഴ്ചപ്പാടിന്റെ അടിസ്ഥാനത്തിൽ പ്രഖ്യാപിച്ച രീതിയിൽ തയ്യാറാക്കാൻ ശ്രമിക്കുന്നത് ആശങ്കകൾ വർദ്ധിപ്പിക്കുവാൻ മാത്രമേ ഇടയാക്കൂ. അതുകൊണ്ടാണ് ഇപ്പോൾ പ്രഖ്യാപിച്ച രീതിയിലുള്ള ദേശീയ പൗരത്വ രജിസ്റ്റർ തയ്യാറാക്കലും അതിനുതകുന്ന വിവരങ്ങൾ ശേഖരിക്കാനുദ്ദേശിച്ചിട്ടുള്ള ദേശീയ ജനസംഖ്യ രജിസ്റ്ററും തയ്യാറാക്കുന്നത് നിർത്തിവയ്ക്കുവാൻ തീരുമാനിച്ചത്. ഇപ്പോൾ ഉയർന്നുവന്നിട്ടുള്ള മറ്റൊരു ആശങ്ക പൗരത്വത്തിൽനിന്നും പുറത്താക്കപ്പെടുന്നവരെ പാർപ്പിക്കുവാനുള്ള detention centre കളെ പറ്റിയാണ്. ഇത്തരത്തിലുള്ള ഒരു detention centre കളും കേരളത്തിലുണ്ടായിരിക്കുകയില്ല. അതിനായുള്ള യാതൊരു നടപടിയും സംസ്ഥാന സർക്കാർ സ്വീകരിക്കുകയുമില്ല. പൗരത്വ ഭേദഗതിയുമായി ബന്ധപ്പെട്ട് ഇപ്പോൾ നാം അംഗീകരിക്കുന്ന പ്രമേയം ചരിത്രത്തിന്റെ ഏടുകളിൽ സ്ഥാനം നേടുമെന്ന് ഉറപ്പാണ്. പൗരത്വ നിയമ ഭേദഗതി 2019 റദ്ദ് ചെയ്ത് രാജ്യത്തെ ജനതയെ ഒന്നായി കാണുന്ന ഭരണഘടന, കാഴ്ചപ്പാട് മുറുകെപിടിക്കുവാൻ കേന്ദ്ര

സർക്കാർ തയ്യാറാകണം. നമ്മുടെ സംസ്ഥാനത്തിന്റെ മതനിരപേക്ഷത പാരമ്പര്യം ഒരിക്കൽക്കൂടി ഉയർത്തിപ്പിടിക്കുന്നതിന്റെ ഭാഗമായി ഈ പ്രമേയം ഏകകണ്ഠമായി അംഗീകരിക്കണമെന്ന് ഒരിക്കൽക്കൂടി അഭ്യർത്ഥിക്കുന്നു.

നിയമസഭ ഏകകണ്ഠമായി പാസാക്കിയ പ്രമേയം:

2019-പൗരത്വ ഭേദഗതി ബിൽ പാർലമെന്റിന്റെ ഇരുസഭകളും അംഗീകരിച്ചതിനെത്തുടർന്ന് സമൂഹത്തിലെ വിവിധ വിഭാഗങ്ങളുടെ ഇടയിൽ ആശങ്കകൾ രൂപപ്പെടുകയും രാജ്യവ്യാപകമായി പ്രതിഷേധം ഉയരുകയും ചെയ്തിട്ടുണ്ട്. കേരളത്തിൽ പൊതുവിൽ സമാധാനപരമായ പ്രതിഷേധം ഒറ്റക്കെട്ടായി ഉയർന്നുവന്നിട്ടുണ്ട്.

പൗരത്വം നൽകുന്നതിനായി പുതിയ വ്യവസ്ഥകൾ ഉൾക്കൊള്ളിക്കുന്ന 2019 ലെ പൗരത്വ ഭേദഗതി നിയമം നമ്മുടെ ഭരണഘടനയുടെ പാർട്ട്-III ലെ മൗലികാവകാശമായ സമത്വ തത്ത്വത്തിന്റെ ലംഘനമാണ്.

ദേശീയ സ്വാതന്ത്ര്യപ്രസ്ഥാനം വിവിധ ധാരകളുടെ സമന്വയം കൂടിയായിരുന്നു. അവ മുന്നോട്ടുവച്ച ആധുനിക ജനാധിപത്യത്തെയും മതനിരപേക്ഷ കാഴ്ച്ചപ്പാടിനെയും ഉൾക്കൊണ്ടുകൊണ്ടാണ് ഇന്ത്യൻ ഭരണഘടന രൂപപ്പെട്ടുവന്നത്. പൗരാവകാശങ്ങൾക്കും സമത്വത്തിൽ അധിഷ്ഠിതമായ സമൂഹത്തിനും വേണ്ടിയുള്ള പോരാട്ടത്തിലെ ഒരു നാഴികക്കല്ലായി രൂപീകരിക്കപ്പെട്ട നമ്മുടെ ഭരണഘടന ജനാധിപത്യത്തിലും മതനിരപേക്ഷതയിലും സമത്വത്തിലും ശാസ്ത്രീയ മനഃസ്ഥിതിയിലും അധിഷ്ഠിതമായ ഒന്നുകൂടിയാണ്. വിവിധ ജനവിഭാഗങ്ങളുടെ ജീവിതത്തെയും സംസ്കാരത്തെയും ഉൾക്കൊണ്ടുകൊണ്ട് രൂപപ്പെട്ടതാണ് ഇന്ത്യൻ ദേശീയത. നാനാത്വത്തിൽ ഏകത്വം എന്ന വീക്ഷണത്തിന്റെ അടിത്തറ അതുകൊണ്ടുതന്നെയാണ് ഭരണഘടന ഉൾക്കൊണ്ടിട്ടുള്ളത്.

2019 ലെ പൗരത്വ ഭേദഗതി നിയമം പാകിസ്ഥാൻ, ബംഗ്ലാദേശ്, അഫ്ഘാനിസ്ഥാൻ എന്നീ രാജ്യങ്ങളിൽനിന്നും ഇന്ത്യയിലേക്ക് 2014 ഡിസംബർ 31 ന് മുമ്പ് കുടിയേറിപ്പാർത്ത ഹിന്ദു, സിഖ്, ബുദ്ധ, ജൈന, പാഴ്സി, ക്രിസ്ത്യൻ മതവിശ്വാസികൾക്ക് പൗരത്വം നൽകുന്നതും മുസ്ലീങ്ങളെ അതിൽ ഉൾപ്പെടുത്താതിരിക്കുകയും ചെയ്യുന്ന വ്യവസ്ഥ ഉൾപ്പെടുത്തുന്ന ഒന്നാണ്. മതത്തിന്റെ അടിസ്ഥാനത്തിൽ പൗരത്വം നിർണ്ണയിക്കപ്പെടുമ്പോൾ മത-രാഷ്ട്ര സമീപനമാണ് അതിൽ ഉൾച്ചേർന്നിരിക്കുന്നത്. ഇത് ഭരണഘടന മുന്നോട്ടുവയ്ക്കുന്ന മതനിരപേക്ഷ കാഴ്ച്ചപ്പാടിന് കടകവിരുദ്ധമായതിനാൽ ഈ നിയമം ഭരണഘടനയുടെ അടി

സ്ഥാന ഘടനയുമായി പൊരുത്തപ്പെടുന്നതുമല്ല.

ഭരണഘടനയുടെ അടിസ്ഥാന ഘടകങ്ങളിൽ പ്രധാനപ്പെട്ട ഒന്നായ മതനിരപേക്ഷത സംരക്ഷിക്കുന്നതിനുള്ള കൂട്ടായ പരിശ്രമം എല്ലാ മതവിഭാഗങ്ങളുടെയും മതനിരപേക്ഷ കാഴ്ചപ്പാടുള്ളവരുടെയും ഭാഗത്തുനിന്ന് ഉണ്ടാകേണ്ട സന്ദർഭമാണിത്.

നമ്മുടെ രാജ്യത്തെ വലിയൊരു വിഭാഗം ജനങ്ങളിൽ ഉയർന്നുവരുന്ന ആശങ്കകൾ കണക്കിലെടുത്തുകൊണ്ട്, മതാടിസ്ഥാനത്തിലുള്ള വിവേചനത്തിന് വഴിവയ്ക്കുന്നതും ഭരണഘടന വിഭാവനം ചെയ്യുന്ന മതനിരപേക്ഷത തകർക്കുന്നതുമായ 2019 ലെ പൗരത്വ ഭേദഗതി നിയമം റദ്ദാക്കാനുള്ള നടപടി സ്വീകരിക്കണമെന്ന് കേരള നിയമസഭ കേന്ദ്ര സർക്കാരിനോട് അഭ്യർത്ഥിക്കുന്നു.

ഇടതുപക്ഷ പ്രതിരോധം

പൗരത്വ ഭേദഗതി നിയമത്തിനെതിരെ ഡൽഹിയിലും ആസ്സാമിലും ഉൾപ്പെടെ വലിയ പ്രക്ഷോഭങ്ങൾ അരങ്ങേറി. അത്തരം ജനകീയ പ്രതിഷേധങ്ങളെയും രാജ്യത്തെ പ്രതിനിധാനം ചെയ്യുന്ന രാഷ്ട്രീയ പാർട്ടികൾ ഉയർത്തുന്ന വിമർശനങ്ങളെയും കണക്കിലെടുക്കാതെ തങ്ങളുടെ വർഗീയ അജണ്ട നടപ്പാക്കും എന്ന വാശി പിടിക്കുകയാണ് സംഘപരിവാർ. ഈ വാശി നടക്കില്ലെന്ന് ഉറപ്പുവരുത്തുന്ന ഏക ഇടപെടൽ ഇടതുപക്ഷത്തിന്റേതാണ്.

ഡൽഹിയിൽ സമാധാനപരമായി നടന്ന പൗരത്വ ഭേദഗതി നിയമവിരുദ്ധ പ്രക്ഷോഭത്തിനെതിരെ ബി ജെ പി നേതാക്കൾ രംഗത്തെത്തി. പ്രക്ഷോഭകരെ വെടിവച്ചുകൊല്ലാൻ ഒരു കേന്ദ്രമന്ത്രി ആഹ്വാനം ചെയ്തു. ആ ഘട്ടത്തിലാണ് ഡൽഹിയിൽ കലാപം പൊട്ടിപ്പുറപ്പെട്ടത്. കലാപത്തിൽ 53 പേർ കൊല്ലപ്പെട്ടു. അറുനൂറോളം പേർക്ക് പരിക്കേറ്റു. മൂന്നു മുസ്ലിം പള്ളികൾ തീവച്ചുനശിപ്പിച്ചു. ന്യൂനപക്ഷങ്ങളുടെ വിദ്യാലയങ്ങളും കടകളും വീടുകളും വാഹനങ്ങളും തകർക്കപ്പെട്ടു. ഈ അക്രമങ്ങൾക്കെല്ലാം ഡൽഹി പൊലീസ് കൂട്ടുനിന്നു.

ഡൽഹിയിൽ കലാപാഹ്വാനം ചെയ്ത കേന്ദ്രമന്ത്രിക്കെതിരെ സഖാവ് ബൃന്ദാ കാരാട്ടും സി പി ഐ (എം) ഡൽഹി സംസ്ഥാന സെക്രട്ടറിയുമാണ് കോടതിയെ സമീപിച്ചത്. ഡൽഹി കലാപത്തിന്റെ ഉത്തരവാദികളെ ശിക്ഷിക്കുന്നതിനുപകരം കേന്ദ്ര സർക്കാർ ഇരകൾക്കെതിരെ നടപടി സ്വീകരിക്കുകയാണ് ചെയ്തത്. പൗരത്വ ഭേദഗതി നിയമവിരുദ്ധ പ്രക്ഷോഭങ്ങളിൽ പങ്കെടുത്തവരെ അകാരണമായി

അറസ്റ്റ് ചെയ്തു. ഡൽഹി കലാപത്തിന്റെ യഥാർഥ പ്രതികൾ പുറത്ത് വിലസി നടക്കുമ്പോൾ ഇരകൾ ക്രൂശിക്കപ്പെട്ടു.

പൗരത്വ ഭേദഗതി നിയമവിരുദ്ധ പ്രക്ഷോഭകർക്ക് ഐക്യദാർഢ്യം പ്രഖ്യാപിച്ചതും കലാപാന്തരീക്ഷം ശാന്തമാക്കാൻ എത്തിയതും സ. സീതാറാം യെച്ചൂരി അടക്കമുള്ള ഇടതുപക്ഷ നേതാക്കളായിരുന്നു. അവരെ പ്രതിചേർത്താണ് കേന്ദ്രഭരണത്തിന്റെ കീഴിലുള്ള ഡൽഹി പൊലീസ് കേസ് രജിസ്റ്റർ ചെയ്തത്.

2024 മാർച്ചിൽ ചട്ടങ്ങൾ പുറപ്പെടുവിച്ചതിന്റെ പശ്ചാത്തലത്തിൽ പൗരത്വ ഭേദഗതി നിയമം സംബന്ധിച്ച കേസുമായി ബന്ധപ്പെട്ട് തുടർനടപടികൾ കൈക്കൊള്ളാൻ സംസ്ഥാന സർക്കാർ അഡ്വക്കേറ്റ് ജനറലിനെ ചുമതലപ്പെടുത്തിയിട്ടുണ്ട്. വെറുതെ അഭിപ്രായം പ്രകടിപ്പിക്കുകയല്ല, പ്രായോഗിക തലത്തിൽ ചെറുത്തു നിൽക്കുക കൂടിയാണ് നമ്മൾ. കേരള സർക്കാരല്ലാതെ, ഇടതുപക്ഷമല്ലാതെ മറ്റൊരു കൂട്ടർ ഇതു ചെയ്യാനില്ല. ഇതുതന്നെയാണ് ഇന്ത്യൻ രാഷ്ട്രീയത്തിൽ ഇടതുപക്ഷത്തെ വേറിട്ടതാക്കുന്നത്.

2019 ഡിസംബർ 9 ന് ലോക്സഭയിൽ പൗരത്വ ഭേദഗതി ബിൽ അവതരിപ്പിച്ചപ്പോൾ അതിനെതിരെ ശബ്ദമുയർത്തിയത് ആലപ്പുഴ നിയോജകമണ്ഡലത്തിൽ നിന്നുള്ള ലോക്സഭ അംഗം എ എം ആരിഫ്

ആയിരുന്നു. കേരളത്തിൽ നിന്നുള്ള മറ്റ് ലോക്സഭ അംഗങ്ങൾ സാങ്കേതികമായി പ്രതികരിച്ചുവെന്ന് വരുത്തിതീർക്കുകയാണ് ചെയ്തത്.

രാജ്യസഭയിൽ ഇടതുപക്ഷ അംഗങ്ങളാണ് അധാർമ്മികമായ ഈ ബില്ലിനെതിരെ പ്രതിരോധം സൃഷ്ടിച്ചത്. ഇടതുപക്ഷാംഗങ്ങളായ ഇളമരം കരീം, ബിനോയി വിശ്വം, കെ കെ രാഗേഷ് മുതലായവർ ബില്ലിനെ ശക്തിയുക്തം എതിർത്തു. പൗരത്വ ഭേദഗതി ബില്ലിലെ ഭരണഘടനാ വിരുദ്ധതക്കെതിരെ രാജ്യസഭയിലെ ഇടതുപക്ഷ അംഗങ്ങൾ ഭേദഗതി നിർദേശിച്ചു. ബിൽ സെലക്ട് കമ്മിറ്റിക്ക് വിടണമെന്ന് അവർ ആവശ്യപ്പെട്ടു. ബിൽ വോട്ടിനിടാൻ ആവശ്യപ്പെട്ടതും സെലക്ട് കമ്മിറ്റിക്ക് വിടാൻ പ്രമേയം കൊണ്ടുവന്നതും രാജ്യസഭയിലെ ഇടതുപക്ഷ എം. പിമാരാണ്.

ന്യൂനപക്ഷങ്ങളുടെ വാസസ്ഥലങ്ങളെയും ആരാധനാലയങ്ങളെയും ഇടിച്ചുനിരത്താൻ ശ്രമിച്ചപ്പോൾ ബുൾഡോസറുകൾക്കു മുന്നിൽ നിന്നു പ്രതിരോധം തീർത്തത് സ. ബൃന്ദാ കാരാട്ടിന്റെ നേതൃത്വത്തിലുള്ള കമ്യൂണിസ്റ്റുകാരായിരുന്നു.

ഡൽഹിയിൽ എന്നപോലെ മണിപ്പൂരിലും സമാധാനം പുനഃസ്ഥാപിക്കാൻ ഓടിയെത്തിയത് ഇടതുപക്ഷ നേതാക്കളായിരുന്നു. പൗരത്വനിയമം പോലുള്ള ജീവൽ പ്രധാനമായ പ്രശ്നം വരുമ്പോൾ

മൗനമാചരിക്കുന്നവരെ, നിഷ്പക്ഷതയുടെ കപട വേഷമണിയുന്നവരെ തെരുവിലും പാർലമെന്റിലും തിരിച്ചറിയാം. ഇതിൽ നിന്ന് കരിനിയമങ്ങൾക്ക് എതിരായ പോരാട്ടത്തെ ശക്തിപ്പെടുത്തുന്നതിനും വർഗ്ഗീയതയെ ചെറുത്തു തോൽപ്പിക്കുന്നതിനും മുന്നിൽ നിൽക്കുന്നത് ഇടതുപക്ഷമാണെന്ന് വ്യക്തം.

പൗരത്വ നിയമത്തിനെതിരായ പ്രക്ഷോഭങ്ങളെ നയിച്ചതിന്റെ പേരിലാണ് സി പി ഐ (എം) ജനറൽ സെക്രട്ടറി സീതാറാം യെച്ചൂരിയുടെ പേര് ഡൽഹി പോലീസ് കുറ്റപത്രത്തിൽ ഉൾപ്പെടുത്തിയത്. പല ഇടതുപക്ഷ നേതാക്കൾക്കെതിരെയും നടപടിയുണ്ടായി. രാജ്യത്തെ മുഖ്യപ്രതിപക്ഷമായ കോൺഗ്രസ് പാർട്ടിയിലെ ഒരു നേതാവിന്റെ പേരുപോലും ഡൽഹി പോലീസിന്റെ കുറ്റപത്രത്തിലില്ല. പൗരത്വ നിയമത്തിനെതിരായ സമരങ്ങളിൽ കോൺഗ്രസ് എവിടെയും ഇല്ലായിരുന്നവെന്ന് തെളിയിക്കുന്നതാണ് ഈ അനുഭവങ്ങൾ.

കോൺഗ്രസ് നിലപാടിന്റെ ന്യൂനപക്ഷ വിരുദ്ധത

മൃദു ഹിന്ദുത്വമാണ് കോൺഗ്രസിന്റെ മുഖമുദ്ര. സംഘപരിവാർ രാഷ്ട്രീയം ശക്തിപ്പെടുകയും കോൺഗ്രസിന് അധികാരം നഷ്ടപ്പെടുകയും ചെയ്ത സാഹചര്യത്തിൽ മൃദു ഹിന്ദുത്വ സമീപനം കൂടുതൽ ഉദാരമായി പ്രകടിപ്പിക്കുന്ന നിലയുണ്ടായി. ചില സന്ദർഭങ്ങളിൽ സംഘപരിവാർ ശക്തികൾക്കൊപ്പമോ അതിനുമുകളിലോ ആണ് തങ്ങളുടെ സ്ഥാനമെന്ന് സ്ഥാപിക്കാനുള്ള വ്യഗ്രതയും കാണാനാകും. വർഗീയതയോട് വിട്ടുവീഴ്ചയില്ലാത്ത സമീപനമാണ് മതനിരപേക്ഷ കക്ഷികൾ കൈക്കൊള്ളേണ്ടതെന്നിരിക്കെ പല ഘട്ടങ്ങളിലും വർഗീയ നിലപാടുകളോട് സന്ധി ചെയ്യുന്നവരായി കോൺഗ്രസ് മാറിയിട്ടുണ്ട്.

വർഗീയ ധ്രുവീകരണം ലാക്കാക്കിയും ന്യൂനപക്ഷ വേട്ടയ്ക്ക് സഹായകരമായും കേന്ദ്ര സർക്കാർ കൈക്കൊണ്ട നടപടികളിലെല്ലാം ഏറിയോ കുറഞ്ഞോ കോൺഗ്രസിന്റെ പിന്തുണ/മൗനാനുവാദം പ്രകടമാണ്. കാശ്മീരിന്റെ പ്രത്യേക പദവി എടുത്തുകളയൽ, മുസ്ലീം വുമൺ (പ്രൊട്ടക്ഷൻ ഓഫ് റൈറ്റസ് ഓൺ മാര്യേജ്) ആക്ട് 2019 (മുത്തലാഖ് നിയമം), ദി അൺലോഫുൾ ആക്ടിവിറ്റീസ് (പ്രിവൻഷൻ) ആക്ട് 2019 (യു എ പി എ), നാഷണൽ ഇൻവെസ്റ്റിഗേഷൻ ഏജൻസി (അമൻമെന്റ്) ആക്ട് 2019 (എൻ ഐ എ) മുതലായ നിയമ നിർമ്മാണങ്ങൾ എന്നിവയിലെല്ലാം തീവ്ര ഹിന്ദുത്വത്തിന്റെയും മൃദു ഹിന്ദുത്വത്തിന്റെയും കൂട്ടുകെട്ടിന്റെ ലാഞ്ഛന കാണാം.

സമകാലീന ഇന്ത്യ ശ്രദ്ധപതിപ്പിച്ച വിഷയങ്ങളിലൊന്ന് രാമജന്മഭൂമി പ്രശ്നമാണ്. ജവഹർലാൽ നെഹ്റുവും അക്കാലത്തെ പ്രമുഖരായ ചില കോൺഗ്രസ് നേതാക്കളും രാമജന്മഭൂമി വിഷയത്തിൽ കൈക്കൊ

ണ്ട നിലപാട് മതനിരപേക്ഷപരമായിരുന്നു. ബാബറി മസ്ജിദിൽ കൊണ്ടുവച്ച വിഗ്രഹങ്ങൾ എടുത്ത് സരയു നദിയിൽ എറിയണമെന്നാണ് ഉത്തർപ്രദേശ് മുഖ്യമന്ത്രി ഗോവിന്ദ വല്ലഭ് പന്തിനോട് പ്രധാനമന്ത്രി നെഹ്റു ആവശ്യപ്പെട്ടത്. രാമവിഗ്രഹം കണ്ടെടുക്കപ്പെട്ടതോടെ ഹിന്ദുത്വ ശക്തികൾ ഉത്തർപ്രദേശിൽ വ്യാപകമായി മുസ്ലീം വിരുദ്ധ വർഗീയ കലാപങ്ങൾ ആസൂത്രണം ചെയ്തു.

ഹിന്ദുത്വ ശക്തികളുടെ നേതൃത്വത്തിൽ ആസൂത്രണം ചെയ്ത വർഗീയ കലാപങ്ങളോട് വിട്ടുവീഴ്ചയില്ലാത്ത സമീപനം കൈക്കൊള്ളണമെന്ന നിലപാടായിരുന്നു നെഹ്റുവിന്. 1950 ഏപ്രിൽ 17 ന് ഉത്തർപ്രദേശ് മുഖ്യമന്ത്രിക്ക് അദ്ദേഹം എഴുതിയ കത്തിൽ ഇക്കാര്യം വ്യക്തമാണ്.'.... U.P is becoming an almost foreign land to me... I find that communalism has invaded the minds and hearts of those who were the pillars of the Congress in the past. It is a creeping paralysis and the patient does not even realize it... It seems to me that for some reason or other, or perhaps [for] mere political expediency, we have been far too lenien with this disease...'എന്നാണ് ജവഹർലാൽ നെഹ്റു ഗോവിന്ദ് വല്ലഭ് പന്തിന് എഴുതിയത്.

നെഹ്റൂവിയൻ കാഴ്ചപ്പാടിന് വിരുദ്ധമായ സമീപനമാണ് ഉത്തർപ്രദേശിലെ ചില കോൺഗ്രസ് നേതാക്കൾ കൈക്കൊണ്ടത്. ഗോവിന്ദ വല്ലഭ് പന്ത് സർക്കാരിന്റെ മൗനാനുമതിയോടെ ഹിന്ദു മഹാസഭയുമായി ഒത്തുകളിച്ച് വിഗ്രഹം എടുത്തുമാറ്റണമെന്ന നിർദ്ദേശത്തെ ജില്ലാ കളക്ടർ കെ കെ നായർ അട്ടിമറിച്ചു. കോൺഗ്രസ് നേതൃത്വം നൽകിയ സംസ്ഥാന സർക്കാരിന്റെ വിശ്വസ്തനായിരുന്ന കെ കെ നായർ സർവ്വീസിൽ നിന്നു വിടുതൽ നേടിയശേഷം ഉത്തർപ്രദേശിലെ ബഹ്റച്ച് ലോക്സഭ മണ്ഡലത്തിൽ ജനസംഘം ടിക്കറ്റിൽ മത്സരിച്ച് ജയിച്ച് നാലാം ലോക്സഭ അംഗമായി എന്നത് മറ്റൊരു ചരിത്രം.

രാമജന്മഭൂമി പ്രസ്ഥാനത്തിന് അനുകൂലമായ നിലപാടുകൾ സ്വീകരിച്ച നേതാവാണ് രാജീവ് ഗാന്ധി. 1984 ൽ ആർ എസ് എസ് സംഘചാലക് മധുകർ ദത്താത്രേയ ഡിയോറസുമായി രാജീവ് ഗാന്ധി ഉണ്ടാക്കിയ തിരഞ്ഞെടുപ്പ് ധാരണ കുപ്രസിദ്ധമാണ്. ബാബറി മസ്ജിദ് രാംലല്ല വിശ്വാസികൾക്ക് ആരാധനയ്ക്കായി തുറന്നുകൊടുക്കാൻ 1986 ൽ രാജീവ് ഗാന്ധി തീരുമാനിച്ചു. ഈ തീരുമാനത്തോടെയാണ് രാമജന്മഭൂമി പ്രശ്നം വീണ്ടും സജീവമായ ചർച്ചാ വിഷയമായി മാറിയത്. രാമ ക്ഷേത്രം നിർമ്മിക്കണമെന്ന ആവശ്യം ശക്തിപ്പെട്ടത് ഈ പശ്ചാത്തലത്തിലാണ്. രാജീവ് ഗാന്ധി തുറന്നുവിട്ട വർഗീയ ഭൂതമാണ് സംഘപരിവാർ ശക്തികളുടെ കോടാലിക്കൈകളായി പരിണമിച്ചത്. കർസേവയിലൂടെ ആറ് വർഷങ്ങൾകൊണ്ട് ബാബറി മസ്ജിദ് തകർക്കാൻ

കഴിയുന്ന ആക്രമോണോത്സുകതയിലേക്ക് സംഘപരിവാർ ശക്തികൾ വളർന്നത് കോൺഗ്രസിന്റെ അനുഗ്രഹാശ്ശിസുകളോടെയാണ്.

സംഘപരിവാറിന്റെ രാമജന്മഭൂമി പ്രക്ഷോഭകാലത്ത് ഹിന്ദുത്വ ശക്തികളെ വിമർശിക്കാൻ കോൺഗ്രസ് തയ്യാറായില്ല. കോൺഗ്രസിന്റെ ഒത്താശയിലും മൗനാനുവാദത്തിലും ആർ എസ് എസും വിശ്വഹിന്ദു പരിഷത്തും നടപ്പാക്കിയ ക്രിമിനൽ പ്രവർത്തനമാണ് ബാബറി മസ്ജിദ് തകർക്കൽ. രാജീവ് ഗാന്ധിയും നരസിംഹ റാവുവും മുന്നോട്ടുവച്ച മൃദു ഹിന്ദുത്വ രാഷ്ട്രീയത്തിന്റെ പരിണിതഫലമാണ് അയോധ്യയിൽ നടന്ന കർസേവ.

കർസേവ നടക്കുമ്പോൾ ബഹു ഭാഷകളിൽ ആശയവിനിമയം നടത്താൻ നിപുണനായിരുന്ന പ്രധാനമന്ത്രി നരസിംഹ റാവു മൗനം പാലിച്ചു. അർത്ഥഗർഭമായ ഈ മൗനത്തിന്റെ ശീതളച്ഛായയിലാണ് 1992 ഡിസംബർ 6 ന് ബാബറി മസ്ജിദ്ന്റെ താഴികക്കുടങ്ങൾ തകർന്നുവീണത്. കൃത്യമായ ഗൂഢാലോചന ഇതിനുപിന്നിലുണ്ടെന്നത് വ്യക്തം.

നരസിംഹ റാവുവിന്റെ ഭരണകാലത്ത് 1993 ൽ സി ബി ഐ സമർപ്പിച്ച കുറ്റപത്രത്തിൽ പള്ളി പൊളിച്ചതിനു പിന്നിൽ ക്രിമിനൽ ഗൂഢാലോചനയോ സംഘപരിവാർ നേതൃത്വത്തിന്റെ ആസൂത്രിത ഇടപെടലുകളോ നടന്നിട്ടില്ലെന്ന് കാട്ടാനാണു ശ്രമിച്ചത്. കോൺഗ്രസ് നേതാക്കളുടെ ഈ നിലപാടാണ് കെ കെ നായരെ ഒന്നാം കർസേവകനായും രാജീവ് ഗാന്ധിയെ രണ്ടാം കർസേവകനായും കല്യാൺ സിങ്ങിനെ മൂന്നാം കർസേവകനായും നരസിംഹ റാവുവിനെ നാലാം കർസേവകനായും വിശേഷിപ്പിക്കാൻ ഇടയായത്. ബാബറി മസ്ജിദ് തകർക്കപ്പെട്ട സമയത്ത് കേന്ദ്ര ആഭ്യന്തര സെക്രട്ടറിയായിരുന്ന മാധവ് ഗോഡ്ബോളെയാണ് *ബാബറി മസ്ജിദ് - റാം മന്ദിർ ഡിലേമ: ആൻ ആസിഡ് ടെസ്റ്റ് ഫോർ ഇന്ത്യാസ് കോൺസ്റ്റിറ്റ്യൂഷൻ* എന്ന പുസ്തകത്തിൽ ഇങ്ങനെ വിശേഷിപ്പിച്ചത്.

വർഷങ്ങൾക്കിപ്പുറം ശിലാന്യാസ സമയത്ത് ശ്രീരാമനെ വാഴ്ത്തിയ രാഹുൽ ഗാന്ധിയും അയോധ്യയിലെ ഭൂമിപൂജ ദേശീയ ഐക്യത്തിനാണെന്ന് പറഞ്ഞ പ്രിയങ്ക ഗാന്ധിയും മൃദു ഹിന്ദുത്വത്തെ പൊലിപ്പിക്കുകയാണ് ചെയ്തത്. ഭൂമിപൂജ നടന്ന ദിവസം മധ്യപ്രദേശിൽ ഹനുമാൻ ചാലിസ സംഘടിപ്പിക്കുകയും രാമജന്മഭൂമി ക്ഷേത്രത്തിലേക്ക് വെള്ളി ഇഷ്ടിക കൊടുത്തയക്കുകയും ചെയ്ത കമൽനാഥ് ഉൾപ്പെടെയുള്ള കോൺഗ്രസ് നേതാക്കൾ മൃദു ഹിന്ദുത്വത്തെ ഊതിവീർപ്പിക്കുകയാണ് ചെയ്യുന്നത്. രാമക്ഷേത്ര ഉദ്ഘാടനത്തിന് ക്ഷണം ലഭിച്ചപ്പോൾ കൃത്യമായ നിലപാട് കൈക്കൊള്ളാനാവതെ കോൺഗ്രസ് നേതാക്കൾ കുഴയുന്നതിന് രാജ്യം സാക്ഷിയായി.

തർക്കഭൂമി ആയിരുന്ന എന്ന വസ്തുത പോലും പാഠപുസ്തകങ്ങളിൽ നിന്ന് നീക്കം ചെയ്ത്, രാമക്ഷേത്ര നിർമ്മാണത്തിന് സമ്പൂർണ പിന്തുണയുള്ളവരുടെ തലമുറയായിരിക്കും വരും കാലത്തേതെന്ന് ഊട്ടിയുറപ്പിക്കാനുള്ള ശ്രമം കൂടി നടന്നുവരുന്നു. സംഘപരിവാർ അജണ്ടയ്ക്കനുസരിച്ച് പരുവപ്പെടുത്തിയെടുക്കുന്ന പാഠ്യപദ്ധതിക്കും പാഠപുസ്തകങ്ങൾക്കും എതിരെ കാര്യമായി പ്രതികരിക്കാൻ കോൺഗ്രസ് തയ്യാറായിട്ടില്ല. ഇത്തരം ഹീനശ്രമങ്ങൾക്കെല്ലാമെന്നപോലെ പൗരത്വ ഭേദഗതി നിയമത്തിലും കോൺഗ്രസിന്റെ അർത്ഥഗർഭമായ മൗനപിന്തുണ ഉറപ്പാക്കിയിട്ടുണ്ട്.

മുസ്ലിം ന്യൂനപക്ഷങ്ങളെ പൗരത്വത്തിന് അർഹതയില്ലാത്ത രണ്ടാം തരക്കാരായി കണക്കാക്കുന്ന പൗരത്വ ഭേദഗതി നിയമം കേരളത്തിൽ നടപ്പാക്കില്ല എന്ന് പലവട്ടം കേരളത്തിലെ ഇടതുപക്ഷ ജനാധിപത്യ മുന്നണി സർക്കാർ ആവർത്തിച്ചതാണ്. അതാണ് ഇപ്പോഴും അടിവരയിട്ടു പറയാനുള്ളത്. എന്നാൽ സംസ്ഥാന സർക്കാരിന് അങ്ങനെ പറയാൻ കഴിയില്ല എന്നാണ് ഇവിടുത്തെ കോൺഗ്രസ്സും ബി ജെ പിയും ഒരേ സ്വരത്തിൽ പറയുന്നത്.

എ ഐ സി സി പ്രസിഡന്റിനുപോലും പൗരത്വ ഭേദഗതി നിയമം പിൻവലിക്കണം എന്നു പറയാൻ കഴിയുന്നില്ല. മാധ്യമ പ്രവർത്തകർ ഇതുസംബന്ധിച്ച് ഉന്നയിച്ച ചോദ്യത്തിന് 'രാത്രിയിൽ ആലോചിച്ചിട്ട് നാളെ പറയാം' എന്നാണദ്ദേഹം മറുപടി നൽകിയത്. ഇത് തമാശയാണെന്നാണ് അദ്ദേഹം കരുതുന്നത്.

ഈ വർഗ്ഗീയ വിഭജന നിയമത്തെ എതിർക്കുന്ന കാര്യത്തിൽ കേരളമാകെ ഒന്നിച്ചുനിന്ന ഘട്ടമുണ്ടായിരുന്നു. പക്ഷേ, പിന്നീട് പ്രതിപക്ഷം ഭിന്നമായ സമീപനം സ്വീകരിക്കുന്ന നിലയാണ് നാം കണ്ടത്. നിയമസഭ ഒറ്റക്കെട്ടായി പാസാക്കിയ പ്രമേയത്തെപ്പോലും കെ പി സി സി പ്രസിഡന്റ് പരിഹസിച്ചു. 'പ്രമേയം പാസാക്കിയതിൽ മുഖ്യമന്ത്രി മേനി നടിക്കേണ്ട. പ്രമേയം പാസാക്കിയതുകൊണ്ട് കേന്ദ്രം പാസാക്കിയ നിയമം ഇല്ലാതാകില്ലല്ലോ' എന്നായിരുന്നു കെ പി സി സി പ്രസിഡന്റിന്റെ പരിഹാസം. ഈ പരിഹാസത്തിലൂടെ കോൺഗ്രസ് പാർട്ടിയുടെ കൂറ് ആരോടാണെന്ന് വ്യക്തം.

ബി ജെ പി സർക്കാർ പൗരത്വ ഭേദഗതി ബിൽ പാർലമെന്റിൽ പാസാക്കിയെടുത്ത 2019 ഡിസംബർ രണ്ടാം വാരത്തിൽത്തന്നെ രാജ്യത്താകെ പ്രതിഷേധങ്ങൾ ഉയർന്നതാണ്. മതനിരപേക്ഷ രാഷ്ട്രീയം മുറുകെപ്പിടിക്കുന്നവർ ഡിസംബർ 10 ന് രാജ്യമാകെ തെരുവിലിറങ്ങിയപ്പോൾ കോൺഗ്രസ് എം പിമാർ പാർട്ടി അദ്ധ്യക്ഷയുടെ വീട്ടിൽ വിരുന്നുണ്ണുകയായിരുന്നു. വയനാട് ലോക്സഭ മണ്ഡലത്തിൽ നിന്നുള്ള ലോക്സഭാംഗവും കോൺഗ്രസിന്റെ സമുന്നത നേതാവുമായ രാഹുൽ

ഗാന്ധി വിദേശത്തെവിടെയോ ആയിരുന്നു. പിന്നീട് നടന്ന പ്രക്ഷോഭങ്ങളിലൊന്നും കോൺഗ്രസ് നേതാക്കളെ കണ്ടില്ല. അവരിൽ പലരും ക്രിസ്തുമസ് - പുതുവത്സര ആഘോഷങ്ങളുടെ തിരക്കിലായിരുന്നു.

വളരെ വൈകിയാണ് പൗരത്വ ഭേദഗതി ബിൽ വിഷയത്തിൽ ദേശീയ തലത്തിൽ കോൺഗ്രസ് പരസ്യമായി നിലപാട് വ്യക്തമാക്കിയത്. കേരളത്തെ മാതൃകയാക്കിക്കൊണ്ടാണ് കോൺഗ്രസ് ഭരണത്തിലുണ്ടായിരുന്ന പഞ്ചാബ് നിയമസഭ 2020 ജനുവരിയിൽ പൗരത്വ വിഷയത്തിൽ പ്രമേയം പാസാക്കിയത്. (അന്നത്തെ പഞ്ചാബ് മുഖ്യമന്ത്രി ക്യാപ്റ്റൻ അമരീന്ദർ സിംഗ് ഇന്ന് ബി ജെ പിയിലാണെന്നത് മറ്റൊരു വസ്തുത).

ഈ ഭേദഗതി കേവലം ഒരു ഭേദഗതി മാത്രമല്ല, ഒരു പാക്കേജിന്റെ ഭാഗമാണ്. മതാടിസ്ഥാനത്തിലുള്ള ജനസംഖ്യാ രജിസ്റ്റർ, പൗരത്വ രജിസ്റ്റർ, തടങ്കൽപ്പാളയങ്ങൾ എന്നിവ ഒക്കെയുള്ള പാക്കേജ്. മുമ്പ് ഈ

നിർദ്ദേശം വന്നപ്പോൾത്തന്നെ ഇതിനു സമ്മതംമൂളി ഈ വഴിക്കുള്ള നടപടികളുമായി മുന്നോട്ടു പോയതാണ് കോൺഗ്രസ് സർക്കാരുകൾ. കേരളത്തിലും ആ വഴിക്കായിരുന്നു യു ഡി എഫ് സർക്കാരിന്റെ നീക്കം.

ഈ നിയമം നടപ്പാക്കാനുള്ള ചട്ടങ്ങൾ രൂപീകരിച്ചിരിക്കുന്നു. എത്ര പാർട്ടികളുണ്ട് ഇന്ത്യയിൽ ഇതിനെ എതിർക്കാൻ? ഇടതുപക്ഷമുണ്ട്. കോൺഗ്രസുണ്ടോ? കേരളത്തിൽ ഇതു നടപ്പാക്കില്ല എന്നു ഇടതുപക്ഷ ജനാധിപത്യ മുന്നണി സർക്കാർ പറഞ്ഞാൽ നടപ്പാക്കില്ല എന്നുതന്നെയാണർത്ഥം. നടപ്പാക്കില്ലെന്നു തമിഴ്നാട്ടു പറയുന്നു. പശ്ചിമ ബംഗാൾ പറയുന്നു; ഏതെങ്കിലും ഒരു കോൺഗ്രസ് ഭരണ സംസ്ഥാനം പറയുന്നുണ്ടോ? എന്തുകൊണ്ടാണ് ഇങ്ങനെ പ്രഖ്യാപിക്കാൻ കോൺഗ്രസ് മുഖ്യമന്ത്രിമാർക്കു കഴിയാത്തത്?

വിപൽക്കരമായ നീക്കത്തിലെ ഭരണഘടനാ വിരുദ്ധത കാണാൻ കണ്ണില്ലാത്തവരാണ്, അഥവാ മനസ്സില്ലാത്തവരാണ് കേന്ദ്രനിയമം നടപ്പിലാക്കാതിരിക്കാൻ കഴിയുമോ എന്നു ചോദിക്കുന്നത്. ഭരണഘടനാ വിരുദ്ധമായ ഒരു നിയമവും നടപ്പാക്കാൻ നമുക്കു ബാധ്യതയില്ല. കേന്ദ്രനിയമം നടപ്പാക്കാതിരിക്കാനാവുമോ എന്നു ചോദിക്കുന്നവർ മനസ്സു കൊണ്ട് ജനവിരുദ്ധ നിയമത്തിന്റെ പക്ഷത്തുള്ളവരാണ്. അവർ നാളെ ഈ നിയമത്തിന്റെ വക്താക്കൾക്കൊപ്പം പോവും. അതിനുള്ള മുൻകൂർ ന്യായവാദമാണ് ഇപ്പോഴേ അവർ പറഞ്ഞുവയ്ക്കുന്നത്. ഇതു തുറന്നുകാട്ടപ്പെടേണ്ടതുണ്ട്. ഇങ്ങനെയുള്ള കോൺഗ്രസുകാരിൽ നിന്ന് പൗരത്വ ഭേദഗതി നിയമത്തിനെതിരായ പ്രതിഷേധങ്ങളിൽ എന്ത് ആത്മാർത്ഥതയാണ് നമ്മൾ പ്രതീക്ഷിക്കേണ്ടത്?

നമ്മളാവുക

മതനിരപേക്ഷത സംരക്ഷിക്കണമെങ്കിൽ മതത്തിന്റെ പേരിൽ പൗരത്വം നിശ്ചയിക്കുന്നത് അനുവദിക്കാനാവില്ല. ഒരു ഭാഷ മതി എന്നു പറയുന്നവരോട് പല ഭാഷകൾ വേണമെന്നു നമ്മൾ പറയുന്നു. ഒരു മതം മതി എന്നു പറയുന്നവരോട് എല്ലാ മതങ്ങളും വേണം എന്നു നാം പറയുന്നു. ചില വിഭാഗങ്ങൾക്കു മാത്രം മതി പൗരത്വം എന്നു പറയുന്നവരോട് ഇന്ത്യക്കാർക്കാകെ അവകാശപ്പെട്ടതാണ് പൗരത്വം എന്നു നാം പ്രഖ്യാപിക്കുന്നു. അങ്ങനെ മതേതരത്വത്തെ ഉയർത്തിപ്പിടിക്കുകയും മതേതര ഇന്ത്യയെ സംരക്ഷിക്കുകയും ചെയ്യുന്നു.

നമുക്ക് ഇന്ത്യയെ ഇതുവരെ നിന്ന സ്വഭാവത്തിൽ നിലനിർത്തിയേ പറ്റൂ. വ്യത്യസ്ത മതങ്ങളിലുള്ള, വിശ്വാസപ്രമാണങ്ങളിലുള്ള, വ്യത്യസ്ത സംസ്കാരങ്ങളിലുള്ള ജനങ്ങൾക്കാകെ ഒരേ മനസ്സോടെ, സാഹോദര്യ ബോധത്തോടെ ഇവിടെ ജീവിച്ചേ പറ്റൂ. ഈ ഒരുമയെ തകർക്കാൻ പണ്ട് സാമ്രാജ്യത്വവും ഇന്ന് ഭൂരിപക്ഷ വർഗ്ഗീയ സംഘപരിവാർ ശക്തികളും എടുത്തുപയോഗിക്കുന്ന ആയുധത്തെ തകർത്തു തരിപ്പണമാക്കിയേ പറ്റൂ. ഇന്ത്യയുടെ ഐക്യത്തെ, ജനമനസ്സിന്റെ ഒരുമയെ ശിഥിലമാക്കാൻ അവർ കണ്ടെത്തിയ ആയുധമാണ് പൗരത്വത്തിന് മതം അടിസ്ഥാനമാക്കിയുള്ള പൗരത്വ നിയമ ഭേദഗതി.

ഖലിസ്ഥാൻ വാദം, കാശ്മീർ വിഘടിപ്പിക്കൽ വാദം തുടങ്ങിയ എത്രയോ വിഘടന വാദങ്ങളെ ചെറുത്തുതോൽപ്പിച്ച ചരിത്രമാണു നമുക്കുള്ളത്. ആ ചരിത്രത്തിന്റെ പുതിയ ഘട്ടത്തിലാണ് ഹിന്ദുവിനെയും മുസ്ലീമിനെയും വേർതിരിക്കുന്ന, മതം മുസ്ലീമാണെന്നതിന്റെ പേരിൽ

വലിയ ഒരു വിഭാഗത്തിനു പൗരത്വം നിഷേധിക്കുന്ന പുതിയ ആയുധം വരുന്നത്. പൗരത്വ ഭേദഗതി നിയമമെന്ന ഈ ആയുധംകൊണ്ടും നമ്മുടെ ഐക്യത്തെ തകർക്കാനാവില്ലെന്ന് നമുക്ക് തെളിയിക്കേണ്ടതു ണ്ട്.

ഏതൊരു രാഷ്ട്രമാണോ മതത്തെ പൗരത്വത്തിനടിസ്ഥാനമാക്കു ന്നത്, ആ രാഷ്ട്രം മതേതര രാഷ്ട്രമല്ല, മത രാഷ്ട്രമാണ്. ഇന്ത്യയെ ഇങ്ങനെ മാറ്റുന്നത് ഭരണഘടനാ വിരുദ്ധമാണ്. അതുകൊണ്ടുതന്നെ ഭരണഘടനാ വിരുദ്ധതയെ ചെറുത്തുതോൽപ്പിക്കാനുള്ള മുന്നേറ്റത്തിൽ നമുക്ക് വിട്ടുവീഴ്ചയില്ല.

ബ്രിട്ടീഷുകാരെ ചെറുത്തുതോൽപ്പിച്ച അതേ ഐക്യത്തോടെ ആർ എസ് എസിന്റെ ഈ വംശീയ അജണ്ടയെയും നമ്മൾ ചെറുത്തു തോ ൽപ്പിക്കേണ്ടതുണ്ട്. അതിനായി ദേശം, ഭാഷ, വംശം തുടങ്ങിയവയ്ക്ക് അതീതമായ ഒരു കൂട്ടായ്മ രൂപപ്പെടണം. ഹിന്ദുവും മുസ്ലീമും ക്രിസ്ത്യാനി യും ബുദ്ധമതക്കാരും ജൈനരും പാഴ്സികളും സിഖുകാരും മതവിശ്വാ സികൾ അല്ലാത്തവരും യോജിച്ച് നിന്നു പോരാടിയാണ് ബ്രിട്ടീഷ് സാമ്രാജ്യത്വത്തെ നമ്മൾ മുട്ടുകുത്തിച്ചത്. ആ സമരത്തിൽ ജീവൻ നഷ്ട പ്പെട്ട എത്രയോ ധീരദേശാഭിമാനികൾ നമുക്കുണ്ട്. ഈ കൂട്ടത്തിലൊ ന്നും നമുക്കു ചൂണ്ടിക്കാണിക്കാൻ കഴിയാത്ത രണ്ടേ രണ്ട് വിഭാഗങ്ങളെ ഉണ്ടാവൂ. ഒന്ന്, ബ്രിട്ടീഷ് ഭരണാധികാരികളാണ്. രണ്ട്, ആർ എസ് എസുകാരാണ്. ഈ രാജ്യം ആർ എസ് എസ് വിഭാവനം ചെയ്യുന്നതു പോലെ ഏതെങ്കിലും മതത്തിനോ വംശത്തിനോ വേണ്ടി രൂപപ്പെട്ട തല്ല. ഈ രാജ്യം എല്ലാ വിഭാഗങ്ങളുടേതുമാണ്; ഇന്ത്യക്കാരായ നമ്മു ടേതാണ്. ഈ നാടിന്റെ മതനിരപേക്ഷതയും ഐക്യവും കാത്തുസൂക്ഷി ക്കാൻ നമ്മൾ പ്രതിജ്ഞാബദ്ധരാണ്. അതുകൊണ്ട് നമ്മൾ ജാതിക്കും മതത്തിനുമതീതമായി - നമ്മളായി - ഈ നീക്കത്തെ ചെറുക്കുക തന്നെ ചെയ്യും.